मातीखालची माती

आनंद यादव

मेहता पब्लिशिंग हाऊस

- *या पुस्तकातील लेखकाची मते, घटना, वर्णने ही त्या लेखकाची असून त्याच्याशी प्रकाशक सहमत असतीलच असे नाही.*

MATIKHALCHI MATI by ANAND YADAV

मातीखालची माती : आनंद यादव / व्यक्तिचित्र संग्रह

© स्वाती आनंद यादव
५, भूमी, कलानगर,
धनकवडी, पुणे-सातारा रोड, पुणे - ४११०४३.

प्रकाशक : सुनील अनिल मेहता, मेहता पब्लिशिंग हाऊस,
१९४१, सदाशिव पेठ, माडीवाले कॉलनी, पुणे - ४११०३०.

मुखपृष्ठ : चंद्रमोहन कुलकर्णी

प्रकाशनकाल : प्रथमावृत्ती - सप्टेंबर, १९६५ / द्वितीयावृत्ती - जानेवारी, १९९१ /
तृतीयावृत्ती - फेब्रुवारी, २०१२

ISBN 978-81-8498-338-8

आई एकदा सहज म्हणाली,
''माती असली तरी
मातीखालची माती ओली आणि उबदार असते.
तिच्या उबीतच पिकं जीव धरतात.''

आयुष्यातला खरा आनंद भावनेच्या ओलाव्यात असतो.

चार

श्री. वि. द. घाटे यांच्या
वाङ्मयीन चिरतरुण मनास...

अनुक्रम

हाताबुडी आलेला शिवा

पहाटे पाच वाजताच शिवाला सांगावं लागतं की, "शिवा ऊठ, कासराभर दीस आला." तेव्हा कुठं शिवा कासराभर दीस आल्यावर उठतो. तोंडावर पांघरूण घेऊनच "च्या शिजलाय काय?" म्हणून त्याचा प्रश्न असतो.

शेवटी आई त्याला रागानं म्हणते : "काट्या, उठतोस का न्हाई? चांगला मोटा सोडायचा वकूत झाला म्हणजे जा पाण्याकडं."

"ह्येच्या आयला ह्यो दीस तर गापदिशी उगवतोय बघ. बुडताना मातूर ह्येचा आई-बा बोंबलतोय. गिग्गी लागल्यागत डोंगरावर तसाच बसतोय." असं म्हणत शिवा उठतो. पाय कुणीकडं तरी फेकत झोपेच्या तालात चालतो. झोपेचा लालसर तवंग डोळ्यांवर तरळत असतो. त्याला सोडावं असं शिवाला वाटत नाही. रातभर गाढ झोप लागूनही त्याला ती पुरी होत नाही. दीसभर जिवापलीकडं काम झालेलं असतं. कंटाळा आलेला असतो. तोंड खर येऊन कडवट झालेलं असतं. मणका नि मणका ढिला झालेला असतो. पाय हेलपाटून हेलपाटून दुखत असतात. सकाळी उठून चालताना त्यांना भारही सहन होत नाही.

बायका जमीन सारवतात तसं पाण्याचा हात तोंडावरनं फिरवतो. चूळ भरून इकडं एक आणि तिकडं एक फेकतो... तोंडावर उपकार केल्यागत तोंड धुणं. गुडघ्यावर हात ठेवून उठला की, हाडं कडाकडा वाजतात. तसाच चुलीपुढं येऊन बसतो.

"च्या द्या बघू." असं म्हणत कुडत्याच्या पुढच्या शेवटानं तोंड पुसतो. तोंडावर पुन्हा उपकार होतो. त्याच्या पुढ्यात चहाचं चेंबलं आणि ताटी येते. शिवाच्या पुढं स्वर्ग आल्यासारखं होतं.

"भाकरी हाय का न्हाई गं?" पाव खाल्ल्यागत चहाबरोबर भाकरी खायची

सवय शिवाला असते.

"न्हाई रं. रातीच तुटवडा आला हुता. आईच्या वाट्याला तर अर्धीच भाकरी आली हुती." चहा देणारी धोंडूबाई शिवाला सांगते. "कोल्हूबा, (धोंडूबाईला चिडवण्यासाठी ठेवलेले नाव) दोन भाकरी चढ थापटायला का हात झडलं हुतं तुझं?" असं म्हणून मग धोंडूच्या पाठीत भाकरी तव्यात टाकल्यागत दोन धपाटे बसतात. हे आदळ, ते ढकल होतं. पाणी प्याल्यागत चहा पिऊन कधी चहावर राग निघतो.

"दादाला च्या बांध." असं म्हणून पटक्याचे तिडे शिवा डोक्याला टाकतो. रागाच्या तावात पटक्याला कोर चढत नाही. मग पुन्हा मोडून पुन्हा व्यवस्थित बांधतो.

धोंडू दादाला तांब्यात चहा बांधून देते. चहा शिवाच्या हातात दिला की, शिवा सावकाशीनं आठवण करतो.

"आगं आई, बैलांची पेंड संपलीया. दादानं आण म्हणून सांगिटलंय."

"मग सुडक्या, मगाधरनं बसलाईस. तवाधरनं भरून ठेवायला येत न्हवती?"

"आता आठवण झाली गं." वास्तविक पेंड न्यायची गोष्ट मळ्याकडं जाताना काढायची हे त्यानं चांगलं आठवणीत ठेवून केलेलं असतं. मळ्याकडं जायला जेवढा उशीर होईल तेवढं त्याला बरं वाटतं. मळ्याकडं जायचं म्हणजे त्याच्या जिवावर काट्याची झाडं उगवतात. कधी कधी तर मळ्याच्या निम्म्या वाटेवरनं परत येऊन एखादी वस्तू मळ्याकडं न्यायची तो आठवण करून देतो... मळ्यात त्याच्यासाठी कामं भरून उरलेली असतात. दादा तर मुलखाचा आळस विकत घेऊन बसलेले. काम सोडून शिवा मळ्याकडं कामं करायला कधी येतो याची वाट बघत धावेवर बसतात. तसल्यात शिवानं उशीर केलेला असतो. मग दादांच्या तोंडाच्या तोफखान्याची पहिली सलामी शिवबाला मिळाल्यावर हालचाली सुरू होतात. काही ना काही निमित्तानं सारख्या शिव्या खाव्या लागतात. दीसभर ही तोफ पाठीशी घेऊन त्याला तंगावं लागतं.

शिवा तेरा-चौदा वर्षांचा आहे. काडीपैलवान. दादांच्या शिव्या पोटभर खाऊन तो असा पैलवान झाला असावा. दादांच्या शिव्या खाल्ल्यावर कुणाच्याच अंगाला खाल्लेलं अन्न लागत नाही. तसल्यात शिवानं लहानपणी खूप माती खाल्ली. हात नि पाय किडमिडे करून घेतले. ते हलवत जाताना जोंधळ्यातला कनकवळा जिता होऊन उड्या मारीत चालल्यागत वाटतं. रंग आईगत काळासावळा. अंगात पांढरे मुंडे. कमरेला खाकी चड्डी नि डोक्याला फेटा अशी ही स्वारी मळ्याच्या वाटेनं चालली की, नालसाहेब पीर उठून चालल्याचा भास होतो.

"काय शिवा, येरवाळी चाललाईस मळ्याकडं?"

"दादाच्या शिव्या खायला!"

शिवाच्या या उत्तरानं वाटेचा वाटसरू हसतो. आणि हसत हसतच विचारतो: "मॉट हाय वाटतं?"

"मॉट हाय, पाणी हाय... भरल्यात कामं." तुटकं पायताण ओढत ओढत तो बोलतो. थांबत नाही. पुढंच चालतो. पायताण मागं मागं ओढ खात असतं.

दादांनी मळ्यात बैलांची शेणं तेवढी भरलेली असतात. शिवा मळ्यात आला की, दादा शिव्या देऊन झाल्यावर त्याला म्हणतात : "मॉट धर लौकर. च्या तापवून पितो नि मोटंवर येतो."

शिवा दादांच्या हातात चहाचा तांब्या देतो. मेढीच्या मोळ्याला अडकवलेला कासरा, जुपण्या, चाबूक घेतो. बैलांच्या दावणीत जातो. पांढऱ्या सोन्या बैलाला बिनभिता कासरा लावतो. पण बाळ्या बैल मारका आहे. दादांशिवाय तो कुणाला धरू देत नाही. धरण्याचा प्रयत्न केला तर तिथंच दावणीत घोळसतो. त्यामुळं शिवा त्याला भितो.

"दादा, बाळ्या बैलाला जरा कासरा लावून दे गा!"

"अरं, लाव. सवय झाली पाहिजे." दादा एकदम खेकसतात. "धरायला शिकलं पाहिजे" म्हणून शिव्या देतात. कधी शिवा जास्तच भिऊ लागला की, बाळ्या बैलासारखे धावून जातात. शिवा मग भीतभीत, चाबूक वर करत बाळ्या बैलाच्या पुढं जातो. "सर पाठीमागं" म्हणून मोठ्यानं ओरडतो. आत गांगरून गेलेला असतो. बैल कधी कासरा लावू देतो; कधी डोळा चुकवून शिंग हलवतो. कधी संधी आल्यावर घोळसतो. अशा वेळी दादा बैलाला झोडपतात. कधी शेजारी उभे राहून शिवाला कासरा लावायला सांगतात. एकदा तर शिवानं कासरा लावून बैलाला सोडलं. दादा बाजूला झाले आणि मांडवातनं बाहेर जाताना अचानक बैलानं शिवाला शिंगावर घेतलं. शिवाच्या कमरेच्या कडदोऱ्यात त्याचं शिंग अडिकलं होतं. त्यावेळी शिवाला दगडावर मासा घासल्यागत त्यानं जमिनीवर घासलं. पाठ खुरप्याच्या पाठीनं तासल्यागत झाली. महिनाभर पाठीवरचं वण गेलं नव्हतं. तरी शिवा बैलाला धरतो. मनातनं 'हालून' गेलेला असतो. पण दादांच्या तोंडापुढं त्याला तोंड उघडवत नाही... बैलाची सवय करून घेतली पाहिजे!

शिवाचा भार फुलागत हलका. भरलेल्या मोटेचा नाडा खाली दाबून त्यावर त्याला बसता येत नाही. नाडा खाली रेटतच नाही. त्यामुळे कधी नाड्यावर पालथा पडतो. कधी मोट भरल्यावर बैलं दबवायच्या आधीच नाड्यावर बसतो, पाय टांगले की, बैलांच्या शेपटीचा आधार घेतो. अजून तोल सांभाळता येत नाही. पाय टांगले की, तोल डचमळतो कित्येक वेळा. मग त्या धांदलीत शिवाच्या हातातला आधार सुटतो नि त्याचं नाड्यावर वाघूळ होतं. कधी खाली पडतो. एकदा खाली पडला की मधे बसता येत नाही. मग नाड्यावर पालथा पडतो; पण मोट थांबू देत नाही.

चहा पिऊन दादा मोकळेच मोटेवर येतात. शिवाच्या हातातला कासरा घेऊन त्याला सांगतात : ''खोपीत जा आणि पाण्याची घागर आण. तिच्यात पाणी तेवढं भरून ठेव.'' मुकाट्यानं शिवा घागर भरून पाटावर ठेवतो.

''जा आता पाण्याकडं. पाणी फडात जाऊन तुंबलं असंल.'' दादांची आज्ञा.

पाण्याकडं जाऊन शिवाचा जीव कैंगटून गेलेला असतो. उसाची पानं त्याच्या हातापायाला टराटर कापत असतात. अंगात दादांच्या शिव्या घुसल्यागत कुसळं घुसत असतात. पाण्यात उभे राहून राहून त्याचे पाय कुजल्यासारखे झाले आहेत. कित्येक वेळा त्याला पाणी ऐकत नाही. पाट चढाचा असतो. तिकडं पाणी नेताना पाठीमागं सारखं फुटतं. पुन:पुन्हा बांधावं लागतं, तरी फुटतं. पुन्हा फुटलं का बघायला पाठीमागं यावं लागतं. तोवर पुढचं वाकुरं पाण्यानं भरतं. पाण्यासंगं असा सारीपाट खेळून शिवा फेसळतो. रडकुंडीला येतो. कवा रागानं पाण्याला लाथ मारतो. तेव्हा उसाचा बोद फुटून पाणी सैरावैरा पळतं. शिवा ते पुन्हा बांधतो.

फड उंच लागलेला असला की, उसाच्या टोपणातनं विंचू निघतात. त्याला दोनचारदा तरी पाण्याकडे विंचू चावले असतील. एकदा तर एक विंचू त्याच्या कुडत्यात घुसून त्याला तीन ठिकाणी डसला! रानमांजरं इकडनं तिकडं डोळं चमकवत जाताना शिवाला बाळ्या बैलापुढं नेऊन बसविल्यागत वाटतं. एखादं पाखरू एकदम फडफडलं की, शिवा 'ईऽऽ' करत घाबरून पळतो. उंच फडात त्याचा जीव टांगल्यागत होतो. ऊन असल्यावर तर पाण्याकडं त्याला जास्तच त्रास होतो. वारा फडात येऊ शकत नाही. पाण्यानं वाकुरं भरल्यागत अंग घामानं थबथबतं. उसानं चिरलेल्या जखमांत घाम उतरतो. चुरचुरायला लागतो. भाजीला फोडणी दिल्यागत शिवाचा जीव आतल्या आत तळमळतो, घायाळ होतो. तरी त्याचं पाणी चुकत नाही.

एक-एक दिवस तो पाण्याकडं एकटाच बडबडत असतो. रडक्या आवाजात

कुणाला तरी सांगत असल्यागत भास होतो. मध्येच मोटेचा सोंदर तुटला किंवा काही कारणाने मोट उभी राहून पाण्याला आट गेला की, शिवाला बरं वाटतं. रोज सोंदर तुटावा, नाही तर विहिरीतलं पाणीच आटून जावं असं त्याला वाटतं.

लांब माळ उतरताना आई किंवा धोंडूबाई त्याला दिसते. तिच्या डोईवर जेवणाची पाटी असते.

"दादा, सोड गा मोट." शिवा उसातनं ओरडतो.
"का लगीच? मारू या की घटकाभर." दादा.
"सोड, सोड आता." शिवाला दम निघत नाही.
"चाबूक बघिटलास का हातात ह्यो?" दादांचा दम.
"दादू, आता दीस डोक्यावर आला. ते बघ जेवण घेऊन आई आली. मला भुका लागल्यागत."

तास–घटका इकडंतिकडं करून दादा मोट सोडतात... शिवाची एक दुपार पार पडते.
दुपारची जेवणं होतात. ऊन रणरणायला लागलेलं असतं. मोटेच्या सकाळच्या फेराला बैलं तंगून गोठ्यात आलेली असतात. त्यांना ओल्या वैरणीचा मूठ-पसा घालणं आवश्यक असतं. म्हणून जेवणं झाली की, सगळी जणं उसात हिरवा पाला आणायला जातात.

"शिवा, चल की, दोन पेंढ्या उसाच्या पाल्याच्या काढून आणू या." त्याला आई म्हणते.
"मी येत न्हाई आता. अंग नि अंग फाटून गेलंय माझं."
"जा की रे शिव्या." दादा जेवण करून बाजल्यावर पडत पडत शिवाला दरडावतात.
"तूच जा आता दादूबाळ. जरा उसात जाऊन कसं हुतंय बघा जावा." जवळ आई असल्यामुळं शिवा जरा धीट बनतो.

पण कधीकधी दणकं बसतात. रडत रडत मग पाला कापायला त्याला जावं लागतं. शिवाचं अंग अशानं सरड्याच्या अंगागत झालंय. आधीच काळा, त्यात बारा बारा तास उनात. जळक्या लाकडागत त्याचे हातपाय झाले आहेत.

पाल्याच्या दोन-दोन पेंढ्या काढून सगळ्यांबरोबर शिवा येतो. 'देवा' म्हणून धावेवर बसतो. घटका अर्धा घटका पोरातून गप्पा मारतो. तोवर दादांची हाळी— "शिवाऽ, धावंला पाणी घाटलंस कायरे?"

"न्हाई अजून. आता घालतो."

"बस बस. खेळत बस आणि पाटातलं पाणी पाझरून गेल्यावर मग धावंला पाणी घाल." तिडा पडलेलं दादांचं बोलणं शिवाला कळतं.

"हे घालाय लागलोय न्हवं." शिवा लगेच हातात बादली धरतो. दादा आपली आवडती शिवी देऊन सांगतात : "सुकाळीच्या, बैलांस्नी आदी पाणी पाज. खडूळ झाल्यावर बैलं पाणी पितील का ती?"

शिवा बैलांना पाणी पाजतो, धावेला पाणी घालतो. घटकाभर विहिरीत पोहतो. उनाचं तेवढंच त्याला बरं वाटतं. वर येऊन बैलांना वैरण टाकतो.... कामानं पेकट ताठून गेलेलं असतं. उनाचं झोपेची गुंगी येत असते. अंग जमिनीला टाकावं असं वाटतं. "आई गंऽ" करत शिवा घटकाभर भुईला पाठ लावतो, तोवर दादांची हाक— "शिवू, ऊठ आता. मोटा धरायचा वकूत झाला. रातभर निजतोस न्हवं? जरा लौकरच मोट धर म्हणजे सांजला लौकर सोडायला बरं." (हे खरं नसतं.)

"ऊन हाय की गा अजून." शिवाची विनवणी.

"धावंवर आंब्यांची सावली रग्गड हाय."

"घटकाभरानं धरू या की! बैलं कट्टाळल्यात."

"फुडंच बोलतोस बघ. उठतोस का घालू पेकटात लाथ?" दादांच्या मनात चिडलेला नाग असतो.

शिवा तोंड काळं करून उठतो. मोटेला दुपारचा गण करतो. अंगात आळस घेऊन दादा चिलीम ओढत बसतात. "उसात पाणी गेलं." म्हणून शिवा ओरडला की मोटेवर येतात. हातापायांच्या कंटाळलेल्या काटक्या मागेपुढे करत शिवा पाण्याकडं जातो.

संध्याकाळ होते. मोटा डोणग्यात ओढल्या जातात. बैलांच्या खांद्यावरच्या शिवळा खाली उतरतात. खांद्यांचा कढ जातो. ढोरंराखी पोरं ढोरं घराकडं घेऊन जात असतात. रोजगारी माणसं शिळ्या घालत, लावण्या-गाणी म्हणत परततात. त्यांच्या मागोमाग त्यांची शेरडं दीसभर पाला खाऊन उड्या मारत मारत चाललेली असतात. मळेकऱ्यांच्या बायका डोक्यावर भांड्यांची पाटी घेऊन नि काखेत तान्ही बाळं घेऊन तुरुतुरु टेकड्या उतरतात. पाखरंही परतलेली असतात. दीसही कडोसरीला

गेलेला असतो. अशा वेळी शिवाचा जीव उडून जाऊ बघतो. मनाचं दावं तोडून पाड्यागत उंडारावं असं त्याला वाटतं. पण अजून त्याची सुटका झालेली नसते. थकल्याभागल्या जिवाचं तोंडनाक दाबून धरल्यागत त्याला वाटत असतं. मोकळ्या रानातसुद्धा तो गुदमरून जातो.

पाण्याला आट आला की, खोपीकडं येतो. चिखलाच्या हातापायांनी ढोरांचं शेणं भरतो. शेणाची शिगार पाटी उचलत नाही. दादा कावतात. तरी एकाच पाटीत शेण भरून टाकतो. दोनदा फेरी मारायची चुकवतो. शेणं भरल्यावर गंजीचा कडबा तोडून ठेवतो. थोडा बैलांना टाकतो. पेंड फोडून बैलांना चारतो. हातपाय धुतो. तोवर दीस बुडून कडोसं पडतं. सगळं सामसूम होत चाललेलं असतं. मगाची गंमत रानातनं निघून गेलेली असते.... शिवाला एकट्यालाच तिनं मागं सोडलेलं असतं.

"दादा, मी घराकडं जाऊ व्हय गा?"
"का? लई गडबड चाललीया घराकडं जायाची? गाव पेटलंय तिकडं? बस की घटकाभर. शेतकऱ्याच्या पोरानं मळा धरून असावं."

दादांचं असलं बोलणं ऐकून शिवा आतल्या आत तळमळतो.
"मळ्यात आता काम न्हाई नि कशाला बसायचं?" तो हळूच आपली तक्रार नोंदवतो.
"तू आणि मी जाऊया एकदमच." दादा.
"नगं. मी जातो एकटा."
"जा तर. सूट. घरात तुझ्या बाऽचं गठळं पुरलंय."

पडत्या फळाची आज्ञा घेऊन शिवा घराकडं सुसाट धावतो. दीसभर भाल्यावर धरलेला त्याचा जीव खाली उतरतो. तरीही घराकडं जाताना त्याला दुभत्या म्हशीची वैरण डोक्यावरनं न्यावी लागते...

एक दिवस मागे पडतो.

रात होते. आई भाकरी करीत बसलेली असते. शिवा आल्यावर त्याला गुळाचा चहा मिळतो. कामानं कोरडं पडलेलं नरडं शेकतं. हुशारी चढते. विटलेल्या तोंडानं विनोद सुरू होतो. आई सहज म्हणते,— "शिवा, त्येंच्याबरोबर वसतीला जाईत जा की मळ्याकडं."

“मेलो तरी वसतीला जाणार न्हाई. तेवढं सोडून कायबी बोल. वाटलं तर जीव द्यायला सांग.”

“तसं का?”

“तसंच. कावकिक् येऊन गेलाय मला त्या कामांचा. तसल्यात दादूबाळाचा आळोस नि तॉंड तर इजा घडघडल्यागत. कामं करून मेलो तरी फिटीऽटा मारतोय.”

स्वैपाक झाल्यावर आई जेवायला हाक मारते. सगळ्यांच्या ताट्या, पितळ्या वाढून तयार असतात. भाजी, भाकरी, आमटी. भुईला मांडी घालून सगळी जेवायला बसतात. ताकादुधाचं पाणी वरनं जरा जरा सोडलं जातं. भाकरी खाल्ल्यावर भात. भात कधी असतो, कधी नसतो. तांदळाला पैसा कधी मिळतो, कधी मिळत नाही. भाकरी खाल्ल्यावर शिवा म्हणतो, “भात वाढ.”

“भात न्हाई रं लेका. तांदळाला एक पैसा म्हटलं तर घरात न्हाई. फुडच्या बाजारी माळवं इकून आणू या.” आई विनवणी करून सांगते.

शिवा कधी ऐकतो, कधी ताटी आपटून तसाच उठतो. पन्नास शिव्या हासडतो. रागारागानं घटाघटा तांब्याभर पाणी पिऊन जेवण संपवतो... त्याला नुसती भाकरी गोड लागत नाही. दिवसभरच्या कामानं तोंडाला कडू आलेलं असतं. त्या तोंडाला मसाला नसलेल्या चटणीची आमटी गोड वाटत नाही. जाणती माणसं पोटाच्या आगीला तेही खातात. आत कोंबतात. पाणी पिऊन उठतात. पण शिवाला भाताशिवाय तोंडाला चव येत नाही. “दिसभर रेड्यानं वडल्यागत कामं वडून हे कोंबू व्हय मी पोटात?... लोकांच्यात चाकरी ऱ्हायलो असतो तर दोन वक्ताला पॉटभर भात खायला मिळाला असता.” असं म्हणत आडदाणीवरची पटकुरं घेतो. पोत्यावर धोतर टाकून आडवा होतो. पोटाची खोळ करून रडत रडत निजतो.... कधी नीज लागते कळत नाही.

रत्नागिरीहून दिवाळीच्या सुट्टीत मी घरी आलो होतो. महिना झाला होता. परत जाणं उद्यावर आलं होतं.

झिम् पाऊस बरसला होता. संध्याकाळचे तीनचार वाजले होते.

बैलांना गवत कापून आणायचं होतं. रानातनं घोट्यापर्यंत चिखल झालेला. पावसात शिवाला एकट्याला गवत कापणं जमणार नव्हतं म्हणून मी आणि तो गवताला गेलो.

मी खसाखसा गवत कापत होतो. जमेल तसं शिवा कापत होता.

बराच वेळ कोणी बोललं नाही. घटकाभरानं शिवा म्हणाला—

"दादा—"

"काय रे?"

"अजून किती दीस जाणार तिकडं?"

"परीक्षा संपल्यावर चार-पाच महिन्यांनी परत येईन."

"...म्हयनाभर आलाईस तर किती बरं वाटतंय बघ. दादा मुलखाचा आळसी. एक दीसबी कवा गवात कापू लागत नाही. मलाच दीसभर पावसात भिजत, कुथत, रडत कापावं लागतंय... जीव तर ठार रमत न्हाई. सापाकिरडुकाचं भ्या वाटतंय. रागाच्या भिरमिटीत दादा मारतोय. शिव्या तर गावानं ओवाळून टाकलेल्या देतोय... तू आपलं बरं केलंस म्हणंनास. पॉट भरत भरत तिकडं शिकतोस ते. लई झकास झालं. मी आपला दादाच्या, बैलाच्या आणि कामाच्या तडाख्यात गावलोय."

"दुखळाचे दीस आहेत. काढले पाहिजेत."

"किती काढायचं? कायमचाच दुखाळ हाय आमच्या घरात. मला तर हे मळ्यातलं काम बघून पळून जावं असं वाटतंय... दोन-तीन म्हयनं झालं, कूप लावताना पायात पळकीचा काटा बोटाच्या पेराइतका आत घुसला. कुजका हुता. तसाच आत मोडून बसला. म्हयनाभर हिकडचं तिकडं करू देईना. पाय सुजून दुधग्या भोपळ्यागत झाला. म्हयनाभर घरात ऱ्हायलो... पाय दुखायचा; खरं सुखानं घरात बसायला मिळालं. तेवढाच माझ्या जल्मात इसावा बघ... पू झाल्यावर काटा बाहीर आला नि मग सात-आठ दिसात काम डोंबलावर बसलं."

दुसऱ्या दिवशी मी रत्नागिरीस जायला निघालो. सगळ्यांचा निरोप घेतला. जाताना शिवा म्हणाला, "दादा, कोकणात चाललाईस. ... येताना चार-पाच पोती भात तरी आण मोटारीच्या टपावर टाकून!"

■

चव्हाणाचा आबामा

''माझ्यासारखं तरुणपण राजाच्या लेकालाबी मिळालं नसंल. लई मजा केली. जिवाची सगळी हौस भागीवली. चारी चीज खाल्लं. भोगायचं तेवढं भोगलं. मिळवायचं तेवढं मिळीवलं आणि दवडलंबी... तरणा हुतो. आसपासच्या पाचपन्नास खेड्यांत नाव कमीवलं. पहिलवानकी केली. मातीला पाठ कवा लावली न्हाई. सदा कुस्तीत मान वर. फेटा नि नारळ घेटल्याबिगर फडातनं पाय बाहीर पडला न्हाई.

आरातल्या गड्यांस्नी गुडघाबी मातीला न लावता छन्नीगत उडीवलं. जरा बोजड गडी दिसल्यावर नाना युक्त्या लढीवल्या. डोळ्यात माती फेकून पाय वडलं. कवा कळीच्या जाग्याला टांग मारता मारता लाथ घाटली.

भलताच गडी आरबाट ताकदीचा असला की, मग येवस्थीत कुस्ती खेळायचा. कुणाला तरी इचारून घेत हुतो. अंदाज काढत हुतो. सावज तावडीत गावंल, ह्येची खात्री झाली तरच फडात उतरत हुतो. न्हाईतर कमरेला लांग लावत न्हवतो. नाना कारणं सांगून कुस्ती रहीत करत हुतो. पंचाकडं लंगडत जाईत हुतो. पेकाट ताठल्यागत चालत हुतो. हात लचकल्याचं सांगत हुतो. एक ना दोन, हजार तऱ्हा. मग पंच कुस्ती रहीत झाल्याचं जाहीर करायचं.

पर एकदा मातूर त्यो डाव फसला. कुस्ती धरल्याबिगर इलाज नव्हता. गडीबी अंगापेरानं भरपेट सुटलेला. घोटीव अंगाचा. उंचेला. रुंदट हाडाचा. गडी बघून मी निमित्त काढलं- खोपीला मेढकं तोडताना बाबळीवरनं पडल्यामुळं पायाला मुका मार लागल्याचं सांगिटलं. पर कुणी डाळ शिजू देईना. गावचा पाटील माझ्यापरास बेरकी. त्येनं कुस्ती झालीच पाहिजे म्हणून दम दिला. कुस्तीला पंचवीस रुपयांचं

बक्सीस हुतं. सस्ताईत पंचवीस रुपय म्हणजे सात-आठ महिन्यांची पोटगी हुती... अंगातली कापडं काढणं भाग पडलं. इगतीबिगार काम हुणार न्हवतं.

नाव घेटल्यापेठाला मैदानाच्या काठावर गेलो. सगळ्या गावकऱ्यांस्नी रामराम केला. बैठका मारू लागलो. माझी जोडबी समोरच बैठका मारू लागली. मी दंड थोपटलं. त्येनंबी थोपटलं. हिकडं तिकडं उड्या मारत फिरलो. हासून जोडीकडं बघिटलं. बेत असा हुता की बोलण्यात, चालण्यात नि वागण्यातच जोडीला अर्धा गार करावा. पर काम जरा बोजडच दिसत हुतं.

मैदानात उतरलो. हातात माती घेऊन एकमेकाच्या अंगावर टाकली. जोडीनं अंगाला भलतंच त्याल लावलं हुतं. माझा हात त्येच्या अंगावर थरेचना. पंचाला सांगून मग त्येला मातीनं पुसून काढलं. रामराम ठोकून हातात हात दिला. कुस्तीला जुपी झाली.

आमची कुस्ती वरच्या लंबरातली हुती. म्हणून लोकांनी आमच्याकडं डोळं लावलं. गलबला थांबविला. हातातल्या चिलमी हातातच ठेवून दिल्या. निरनिराळ्या रंगांचं पटकं चित्रातल्यागत जिथल्या तिथं रेलून बसलं. मी गावचा म्हाजूर पैलवान. सगळ्यांस्नी ठाऊक असलेला. माणसातनं आरोळ्या आल्या : "सोडू नगं, दांडगा दिसतोय बघ. उडीव पङ्याचं पान उडीवल्यागत."

दोघंबी हुब्यानंच खेळत हुतो. शड्डू मारून एकमेकावर चाल करून जात हुतो. मी बऱ्याचदा गावलो, तर निसटलोबी. जिकिरीनं खेळत हुतो. त्येच्या बोटात अडीकलेली बोटं सोडवून घेता घेता नाकावर वाटीभर घाम यायचा. गड्यानं फुडं रेटलेल्या पायाला टांग मारताना माझ्या पायाला झिणझिण्या यायच्या. पर केसभरबी गड्याचा पाय हालायचा न्हाई... गडी हासायचा. मी चिंतागती झालो. इगत सुचती का बघत हुतो. शेवटाला एक डाव टाकून बघायचं ठरीवलं.

हाताहातांची झोंबाझोंबी खेळताना डोसक्याला डोसकं लावलं. बराच वेळ सगळी ताकद एकवटून रेटून हुभा ऱ्हायलो... खालच्या आवाजात गड्याच्या कानात कुजबुजून त्येला कानमंत्र दिला. मग झटक्यासरसी दोघंबी बाजूला झालो.

बघ्या लोकांनी रोखलेला सॉस सोडला. पर डोळ्यांची पापणी लवती न लवती

इतक्यात मला जोडीदारानं खाली घेटलं. लोकांस्नी नवल वाटलं. आपण होऊन खाली गेल्यागत वाटलं.

"ह्या ऽ! आबा चव्हाणानं चुकीवलं गड्या."
"नाव घालीवतोस वाटतं गावाचं."
"असा कसा गा ह्यो एकाएकी खाली गेला?"

असं निरनिराळं आवाज भवतीनं उठू लागलं. बरीच माणसं चुकचुकू लागली, "डाव चुकला गड्या."

इतक्यात मी पुन्हा खालनं निसटलो. एक शड्डू मारला. दंड थोपटीत पुन्हा चाल करून गेलो. धडपडत पुन्हा खाली गेलो. धडपडत पुन्हा तावडीतनं सुटलो.

जोडीदाराचा चेहरा फुलला हुता. पोराला खेळीवल्यागत त्यो मला खेळवू लागला. मी त्येला पिल्लू वाटू लागलो. शड्डू न मारताच त्यो हात फुडं करत हुता. मी हात धरला की, झुरळाला झाडल्यागत मला हिकडनं तिकडं झाडत हुता.

आमचं 'हे' बघून बघी माणसं नाराज झाली. हातातल्या चिलमी पुन्हा पेटू लागल्या. धूर वर जाऊ लागलं. चंच्या सुटू लागल्या. पानाला चुना खाल बघून लावायला माणसाला फुरसद झाली. डावाला मंदाई आली. गड्यालाबी मंदाई आली. गड्यानं अंग ढिलं सोडलं.

...गड्यानं अंग ढिलं सोडलं आणि मी एकाएकी वारं झालो. ईज हालल्यागत लाखदिशी हाललो. देवाचं नाव घेऊन डुकरागत मुसांडी मारून गड्याच्या खाली जाऊन फिरलो. फिरलो नि ताकद एकवटून खच्चून धुबीपिछाड दिली. गडी तंबाखूचा बोद पडल्यागत दान्‌दिशी उताणा होऊन एका बाजूला पडला.

त्याच्याकडं ढुंकूनबी मी बघिटलं न्हाई. सरळ पाटलाकडं धाव घेटली. लोकांनी आरोळ्या ठोकून मैदान डोकीवर घेटलं. पटक्यांचं रंगीबेरंगी शेमलं वर उडालं. आसपासच्या लोकांनी हातात हात घेटलं. पाठीवर थापा दिल्या. मी पाटलांच्या पाया पडलो. त्यांनी कडकडून मिठी मारली.

इतक्यात मागचा गडी उठला. धावत धावत माझ्याजवळ आला. त्यानं माझा दंड धरला नि मला मागं वडलं. पाटील मधे पडले. त्यांनी भांडाण सोडवलं. चीत झालेल्या गड्यानं पाटलांस्नी हकीकत सांगितली :

"पाटीलबाबा, ह्येनं इस्वासघातानं मला पाडलं."

"ते कसं काय?"

"पहिल्याच सलामीला डोसक्याला डोसकं लावून ह्येनं मला माझ्या कानात सांगिटलं—"

"काय?"

"म्हणाला : 'मला नुसतं धा रुपय दे, मी खाली पडतो. दोन डाव खेळल्यागत करतो आणि पडतो; म्हणजे लोकांस्नीबी खरं वाटंल.' मला ते खरं वाटलं नि मी धिम्यापणानं खेळलो. घटकाभरानं इस्वासघातानं ह्येनं मला धुबीपिछाड दिली."

पाटील पॉट धरधरून हासलं. पंचांनीबी फिदीफिदी केलं. गड्याला परतून लावलं. जाता जाता त्येला सांगिटलं : "रावसाब, पुन्हा फिरून असं फसू नका. जावा."

गडी गेल्यावर पाटील हासत मला म्हणालं : "काय रं चव्हाणा, असलं डाव कवापासनं शिकलाईस?"

"काय करू पाटीलबाबा? एक वक्ताला पोटाला असतंय नि एक वक्ताला नसतंय. तरीबी हौस हाय म्हणून ह्यो नाद करतोय. तसल्यात तुम्ही गडी भारी काढलासा. न्हाई म्हणायची सोय न्हवती. केला झालं डाव. मग काय करू तर?"

"पुन्हा असं करू नगं. भोळ्या लोकांस्नी असं फसवून डाव करण्यात कुस्ती हुईत न्हाई. डावाला डाव टाकायला शीक."

मी, "व्हय जी" म्हणालो."—

—आबामानं ही गोष्ट आम्हाला दोन-तीनदा सांगिटली. तरीही आम्ही तिच्यात रंगून जायचो. तरुणपणात त्याने अनेक रंग केले. दिसायला देखणा दिसत होता. गाजरावानी रंग. उनातनं आला की, तापून लाल झालेल्या लोखंडागत दिसायचा. डोळे घारे, त्यात पुन्हा रंगेलपणाची चमक. तरण्या पोरी त्याला बघून पेटायच्या. पण ह्याला तालमीचा नाद. लग्न करायचं नाही, असं ठरवलं होतं. रंग करत हिंडत होता. जिवाला एकटा. आगा-ना-पिछा! कुणाच्या तरी मळ्यात पडायचा. कुठंतरी जेवायचा. कुस्त्या मारायचा. विहिरी, बांध, गाळ, सडका

यांचं कंत्राटाचं काम करायचा. एकट्या जिवाला खाऊन राजावाणी राहायचा.

पण निसर्गानं आपलंपण बाहेर पाडलं. गुऱ्हाळाच्या सुगीत तो गुळव्याचं काम करत होता. सगळ्यात जास्त मजुरी मिळवत होता. एका लांबच्या गावाला तो गुळवेपणा करायला गेला आणि तिथल्या एका बामणाची तरणी विधवा पोर त्यानं नादी लावून आणली. पोरही वयात आलेली. आबामाही तरुणपणात मुरत चाललेला. दोघांचं जमलं. जिवाला जीव लागला. एका मनानं संसार करू लागले.

तेव्हापासून आबामाची कुस्ती संपली. नाद हळूहळू कमी झाला. संसार सवंनं करावा असं वाटू लागलं. वय वाढू लागलं. काम वाढू लागलं. पण संसारात तिसरा जीव आला नाही.

पन्नाशी उलटली. डोक्यात पांढरे केस चमकू लागले. रोगाची साथ आली नि आबामाची जोडीदारीण आबामाला सोडून गेली. आबामा जिवाला एकटाच राहिला.

पहिलवान होता तरी म्हातारपण आलं. हळूहळू अंगात मुरू लागलं. हातपाय थकत चालले. ताण कमी येत चालला... साठी उलटली म्हणून आमचा मळा धरून राहिला. आमच्याकडेच जेवू लागला.

पूर्वीही आमच्याकडंच कामाला होता. पण तेव्हाचं वेगळं होतं. आताचं वेगळं. पूर्वीसारखी आता कामं होईनात. लाकडं तोडता येईनात. मोटेवर बसताना तोल जाऊ लागला. नांगराचं रुमणं हलविता येईना झालं... मग रोजगारही कमी झाला. म्हाताऱ्या माणसाचा रोजगार मिळू लागला.

...संध्याकाळी मोटा सुटताच आबामा आता पटक्याची कोर काढून बांधत नव्हता. पैलवानी धोतर नेसत नव्हता. तोंड रंगवलेली वसतीची काठी घेऊन घराकडे जात नव्हता. आता दीस बुडताच जागा धरून खोपीत पडावं लागत होतं. खोकत खोकत तंबाखू ओढणं चालू झालं होतं. रातभर जाग येऊ लागली नि झोप गेली. हातातला मोट धरण्याचा कासरा सुटला नि शेणाची पाटी आली. दांडगाईची कामं सुटून आता पाण्याची दारं मोडावी लागली. भारे गेले. येतील त्या सातआठ पेंढ्या तो आणू लागला. बैलाला टाकू लागला. रगीचं बोलणंही कमी आलं. पहिलंचं सांगण्यात, आठवणी काढण्यात मन जगू लागलं... पान पिकलं होतं.

ऐकायलाही कमी येत होतं. त्याचं त्याला फार वाईट वाटत होतं. आम्ही त्याच्या किवंडेपणाची थट्टा करू लागलो. एके दिवशी रात्री दादा नि मी जेवून वसतीला आलो होतो. आबामा पटकुरात जागाच पडला होता. धगटीपाशी चिमणी मिणमिणत ठेवली होती.

"आबामा," दादांनी आत येताच हाक मारली. आबामानं झोपूनच 'ओऽ' दिली.

"मोट कुठं हाय गा?" दादांनी इकडंतिकडं बघत विचारलं. त्या वेळी चोरांचा मोटा, नाडं, जूं नेण्याच्या बाबतीत सुळसुळाट झाला होता.

"हाय माझ्या उशाखाली." आबामानं तुटकच उत्तर दिलं. "का तंबाखू पायजे व्हय?"

"आगा, कोट नव्हं. मोट कुठं हाय मोट?"

"व्हय व्हय, कोटच की!"

"आगा, कोटाला पेटीव तुझ्या. माझी मोट कुठं हाय?" दादांनी जास्तच ओरडून आबामाला विचारलं.

"मोट व्हय, हाय बघा त्या खोपड्याला. दिलीया ढकलून." मोट बघून दादांना धीर आला. मग आम्ही दोघेही हसलो.

दिसणंही कमी झालं होतं. मोटेच्या जुंपण्या त्याला एकदा आणायला सांगितलं होतं. खोपीत काळा राजा-कुत्रा झोपलेला होता. जुंपण्याचं समजून आबामानं कुत्र्याचे पुढचे पाय ओढले.

कुतरा 'वाव्' करत उठला. "हाड्ऽ तुझ्या आयला! हितंच पडलंईस." असं म्हणून आबामानं दादाला जुंपण्या कुठं आहेत, ते विचारलं.

एकदा मी खोपीच्या खोपड्याला जाऊन मोकळ्या पोत्यात बसलो होतो. पोरींना सांगितलं : "खांडानं पोतं भरलंय. आबामाला तेवढं बांधून दे म्हणून सांगा." आबामा पोतं बांधायला आला. मी पोत्यातनं हाड करत उठलो. सगळ्यांची हसून मुरकुंडी वळली.

"दिसत न्हाई तिच्या बायला." म्हणत आबामाही आमच्यात सामील झाला. म्हातारा झाला होता तरी खायला हयगय करत नव्हता. तरुणपणात खाण्याची सवय लागलेली होती. ती सुटत नव्हती. तोंडात रेंगाळणाऱ्या चारदोन दातांनी अर्धकच्चं चावून मिळेल ते खात होता. माळव्याचं दिवस आलं की, त्याचं तोंड

सदा हलत राहायचं. नवतर आलेल्या काटं-वाळकांच्या किरळ्या, कोवळ्या शेत-भेंड्या, चवळीच्या शेंगा, पाडाचं टाम्याटो तो खायचा. पाणी पाजताना, भांगलताना तो पातीला येईल ती वस्तू खुडायचा. तोंडात घालायचा. आवल-चावल चावून गिळायचा.

आबामाची ही सवय बघून दादा त्याला बोलायचे : "आबामा, बारक्या किरळ्या खुडत जाऊ नगं, बरं काय!"

"छे! छे! मी हो कशाला खुडू? दात का फीत माझ्या तोंडात?"

"आणि पोरं सांगत्यात ते?"

"हां ऽ कवातरी तोंडात टाकलेलं सांगत असतील."

"कवातरी तोंडात टाक; खरं बारक्या किरळ्या खुडत जाऊ नगं. बाजारला जरा माळवं येऊ दे. मोठं झालेलं एखादं फळ खायला का तुला कोण नगं म्हणतंय? किरळ्या नि किरळ्या सगळ्या तोडतोस."

"न्हाई, न्हाई. किडं-बिडं कातरत असतील हो देठांस्नी."

आबामा असं काहीतरी बोलायचा. दादा वरचेवर त्याला ताकीद द्यायचे, पण त्याच्यावर विशेष असा परिणाम व्हायचा नाही. मग अपचन व्हायचं, पोटात कळ घालायची. हगवण लागायची. ओकाऱ्या व्हायच्या. दादा त्याला समजून सांगायचे, "तरुणपणात खाल्लेला पिंड तुझा. म्हणून आजबी दिसंल ते खावं वाटतंय पर साठ वरसं उलटल्यात तुझी. काय पायजे ते पचायचं न्हाई आता." आबामा कधी बोलायचा, कधी गप्पच बसायचा. बरं वाटू लागलं, की पुन्हा आपल्या वळणावर जायचा.

इतकं झालं तरी त्याच्या हातनं काम कधी थांबलं नाही. त्याला तो पराभव वाटायचा. तरुणपणातल्यागत बोलायचा. "काय हुतंय? जरा कुठं पोट बिघडलंय. उद्या बरं हुईल. माणूस म्हटल्यावर हे चालायचंच." मग कळ सोसत, कुदळीच्या दांड्याचा आधार घेत उसात पाणी पाजायला जायचा... पण हे आगाऊ खाणं आबामाला भोवलं.

पावसाळ्याचं टिपण जवळ आलं होतं. वळवाचा एखादा पाऊस येऊन रानं झोडपून काढून जात होता. आंब्यांची झाडं त्या पावसात निम्मी अर्धी झडत होती. आंब्यांच्या ओझ्यानं ओळंबलेले ढापे विजांच्या तडाख्यानं पावसात कडाडत खाली येत होते. गड्या-चाकरांना तेवढंच साधत होतं. पाऊस संपून उघडीप झाल्यावर

बुड्ड्या–बारड्या आंब्यांनी भरत होत्या. चिपाडाच्या ढिगात, गवताच्या गंज्यात, वैरणीच्या बडमीत त्या साठत होत्या. अर्धे कच्चे, आंबट चिंबट आंबे, कोरड्या-शिळ्या भाकरीसंगे गोड लागत होते. खोपीतनं, वळचणीतनं, धावेच्या बुडक्याला, पाण्याच्या वाकुऱ्याला कोया नि सालपटं साठत होती. मुंग्या-गोरल्या त्यावर वळवळ करत भिडत होत्या.

आबामानं वळवात आंब्याच्या तीनचार झाडांची पड गोळा केली. सवड होईल तेव्हा अर्धी कच्ची खाल्ली. खोपीसमोरच्या आवडात वरण्या-मक्याचं कडवळ होतं. ते तासलून बैलांना घालायला सुरुवात केली होती. थाटांच्या काखेत बारकी कोंबारलेली मक्याची कंदं आबामा हूं ऽ म्हणून खात होता. पोटात कधीकधी चावायचं, पण त्यानं त्याला दाद दिली नाही. माळवं तर मधनं मधनं त्याच्या दाढा शांत करत होतंच... व्हायचा तो परिणाम झाला.

आठ-नऊ दिवस त्याला हाग-ओक लागली. रातचं ताप यायचा. दमायला व्हायचं. चिन्नभिन्न होऊ लागलं. कशीतरीच कामं करू लागला. मोटेसाठी सापत्या आणू लागला. पाणी फिरलेल्या उसातच पुन्हा पाणी नेऊ लागला. कण्हत मात्र नव्हता. कधी 'आई आई' म्हणून विव्हळला नाही, मुकाटपणे काम करत होता. भाकरी खात होता. कण्या ओरबडत होता. आंबे, कंद सुरू होतीच.

एक दिवस सकाळी नेहमीप्रमाणे मोटा जुंपल्या. आबामानं शेण भरून गोठा लोटला. दावणीतली चिपाडं म्हाताऱ्या गाईच्या पुढं टाकली. कमरेला पाण्याकडचं पोतं बांधलं. कुसळे लागू नयेत म्हणून अंगात फाटका कोट घातला. डोक्याला गांधी-टोपी कानांपर्यंत घातली. हातात पाण्याकडची कुदळ घेऊन फडात गेला. फड उंच लागलेला होता.

दीस डोक्यावर आला. दुपारची जेवणं येऊन कट्ट्यावर टेकली. मातीच्या घागरीत पाणी भरून तयार ठेवलं. पाणी पाटात तुंबवून दादांनी बैलांच्या खांद्यावरची शिवळ उतरली. जुंपण्या काढलं. बैलं पाटात पाण्यात घाटली. बाभळीच्या सावलीत खुंट्यांना गुटफळली. बडमीची वैरण काढून त्यांना घाटली. पाटात हातपाय धुतले. तरीही आबामाचा पत्ता नव्हता. पाण्याचा आट तर कधीच गेला होता. ... येत असेल सावकाश म्हणून दादा जेवायला बसले.

जेवणं झाली. तंबाखू ओढला. दादांच्याशिवाय आम्ही घटकाभर कामं करायला बाहेर पडलो. तरीही आबामाचा पत्ता नव्हता. आई त्याला वाढण्यासाठी खरकटा

हात घेऊन बसली होती... खोळंबली होती.

दादांनी आबामाला चारपाच हाका मारल्या. आसपासचं शिवार घुमलं. पण फडातनं आबामाची ओ ऽ आली नाही. त्याला अलीकडं ऐकायला बरंच कमी येत होतं. दादा फडाकडे गेले.

घटकाभरात परत आले. ''ऐकू आलं काय गं?''
''काय ते?'' आई म्हणाली.
''हात धुऊन जेवाण झाकून ठेव. म्हातारा आटोपला.'' दादांच्या चेहऱ्यावर कसलाच विकार नव्हता.
''आयो ऽ देवा,'' आई एवढंच उद्गारली. आम्ही पोरं कावरीबावरी झालो.

दादांनी शेजाऱ्यांना हाळ्या मारल्या. ज्यानं त्यानं हातातली कामं टाकली. चंच्या सोडून तिच्यात हात घालत सगळेजण आले. दादांनी सगळी हकिकत सांगितली, शेवटी प्रश्न केला : ''तडकी बांधावी काय गा?''
''कशाला? वाड्याजवळच मेलाय. तिथंच कासराभरावर डबरा काढू या की.''
''ए ऽ माझ्या बाबांनो, एक कडब्याची पेंडीच तेवढी जाईल. म्हाताऱ्या माणसाचं मेल्यावर हाल करू नका. तडकी बांधायला वेळ न्हाई लागायचा,'' आई कळवळून म्हणाली.

एकाला मढ्यावरचं कापड आणायला गावात पिटाळलं. तडकी बांधून झाल्यावर त्याला आणण्यासाठी तिघे-चौघेजण घोंगडे घेऊन उसाच्या फडात गेले.

दादा मला नको म्हणत असताना मी त्यांच्या मागोमाग हळूहळू गेलो. उसात तीन चिरे पाणी पाजलेले होते. चौथ्या चिऱ्याच्या तिसऱ्या-चौथ्या वाकुऱ्याला आबामा उसाला टेकून बसला होता. राडीनं मुद्दा झालेली कुदळ पुढं गपवाणी पडली होती. डोसकं उसावर कललेलं होतं. हाताची गोफण दोन्ही गुडघ्यांना पडलेली. तो बसलेलं वाकुरं पाण्यानं भरून गेलेलं होतं. तोंड वासून तो थंडगार पडला होता.

चिरं-पाटात घोंगडं अंथरून त्यात त्याला निजिवलं. दोन्हीकडं दोघे होऊन

त्याला बाहेर आणलं. पोतं, टोपी, कोट सगळं त्याच्यासंगंच होतं. मी त्याची कुदळ घेऊन बाहेर आलो.

खोपीसमोर त्याला आणलं. आई डोळं ओलं करून बारडीत पाणी तापवत होती. दादा म्हणाले : "शंकऱ्या, कोट तेवढा काढ रं."

"मी न्हाई बाबा, तुम्हीच काढा त्यो."

"आरं, काढ की! घाण न्हाई त्यात."

गणपा झटक्यासरशी पुढं झाला नि त्यानं कोट काढला. उरफाटा करून काढला. चिलीम खाली पडली. तंबाखू आबामाच्या डोकशात सांडला.

कशाबशा दोन बारड्या पाणी घाटलं नि तडकीवर चढवला. ओढ्याला नेला.

"हितं खणावं काय गा?"

"जरा बाजूलाच घ्या की! ओढ्यापासनं जरा पल्ल्यावर असू दे. पावसाचं दिवस जवळ आल्यात. वाहून जाईल लोटासंगं."

"म्हातारा लई चांगला बरं काय!"

"...पर उनाचंच मेला. जरा सवडीनं मेला असता तर काय मरत हुता!" सगळे हासले.

"राखणीला बरा हुता."

"पर खादीला लई गा."

डबरा बराच झाला. ऊन वर तावत होतं.

"ए फुरं कर. मातीच्या आड करायपुरता खड्डा झालाय."

"व्हय, व्हय. उचलू या आता."

"नगं गा. कोल्ही कुतरी उकरून खातील. जरा खोल काढू या." –आमचे दादा.

"ऱ्हाऊ दे. एवढ्या खोल कोल्ही-कुतरी उकरत्यात काय?"

"बरं उचला तर."

आबामा मातीआड झाला. सगळी कामं पूर्वीप्रमाणं चालू होती. गाणी-लावण्या घुमू लागल्या. मोटा वाजू लागल्या... जणू काहीच झालं नाही.

"...माझ्यासारखं तरुणपण राजाच्या लेकालाबी मिळालं नसतं. लई मजा केली. जिवाची सगळी हौस भागीवली. चारी चीज खाल्लं. भोगायचं तेवढं भोगलं. मिळवायचं तेवढं मिळीवलं... तरणा हुतो. आसपासच्या पाच-पन्नास खेड्यांत नाव कमीवलं. पहिलवानकी केली. मातीला पाठ लावली नाही. सदा कुस्तीत मान वर.'' गोष्टीतला आबामा माझ्यासमोर उभा राहिला. ...

मी ओढ्याकडं नजर टाकली. एक कुत्रं गोरीला हुंगत होतं. गोरीवरच्या दगडावर तंगडी वर करून मुतत होतं. ∎

बापू

उन्हाळा पडला की, बापू मांगाचे नावसुद्धा आमच्या तसरीला कोणी घेत नाही. त्याच्या कोणी पाळतीवर राहत नाही. त्यानं चोरलेला कडबा पकडण्यासाठी जोंधळ्यात कोणी लपून बसत नाही. गवत कापताना धरण्यासाठी कोणी झाडावर चढून बसण्याची तसदी घेत नाही. जो तो शेतकरी आपल्या कामात दंग होऊन जातो.

पावसाळ्यात मात्र वेगळं असतं. बापू ह्या तसरीला कालवा उसळून देतो. इथं आहे तर तिथं आहे. इथं गेला तर तिथं गेला; असं करून सोडीत असतो. त्यावेळी शेतकऱ्याचं मन थारी नसतं. कोणी कोणी तर पहाटे चांदणी मोहरायला शेतात येतो. कामाला लागतो. मग दहिवर असू दे; नाही तर कडक थंडी असू दे. कोणी रातचं चिखल तुडवीत वसतीला येतो. चिखलातले कुजके काटे पायांची चाळण करून टाकतात. प्रत्येक काट्याला बापूला शिवी हासडली जाते. कोणी हारमाळ टळवून, वकून चुकवून कुठं तरी दडून बसतात. बापूवर ज्याची त्याची पाळत असते. कोणी बेंडील माणूस बापूला पकडून चावडीत अडकवून टाकण्याचे इमले रचीत असतो, तर कोणी मवाळ शेतकरी बापूला समजुतीने वागवून घेतात. एखाद्या वेळेला भारं–दोन भारं वैरण देऊन गप बसतात. कधी आपल्याच ढोरांना वैरण नाही; म्हणून बापूला तोंडानंच घालवतात... बापू मग गप निघून जातो.

तो कुणाशीच कधी बेसुमार भांडला नाही. कुणावर कधी सापागत दावा धरला नाही. सदा आपला हसतखेळत, गमती करीत. गावलं तर पचवतो; नाही तर निघून जातो.

ते दिवस भर पावसाळ्याचे असतात. रानात गवताची शेज लागलेली असते. बांध नि बांध गवतानं डोलत असतो. जोंधळ्या–भुईमुगांच्या बाळ–भांगलणी आटपलेल्या असतात. पिकं ठेल लागलेली असतात. झाडझूडं हिरवीगार झालेली असतात. पावसाच्या फळ्या सारख्या झडून जात असतात. पिकाचा बुडका नि बुडका पाणी पिऊन तृप्त झालेला असतो. सुरळीतले पाणी घटकाभर वारं येऊन लवंडून जात असतं. पायशाचा ओढा निवळ–शंख पाण्यानं वाहत जातो... सारं सारं मोत्याच्या ढिगात डोलत असतं. दहिवरात मुक्या मनानं हसत असतं. लक्ष्मी भरात येत असते. शेतकऱ्यांची मनं तिचं स्वागत करायला हरखलेली असतात. अशा वेळी बापूचा त्रास होत असतो. हातातोंडाला आलेलं गुमान येऊन फुकटच्या फाकट बापू नेतो. त्याच्या हातात एक भली दांडगी ठिगळं लावलेली पिशवी असते. दाईसाबाच्या माळानं तो हळूहळू खाली उतरतो आणि पिकात घुसतो.

त्याची चाल सर्वांना ओळखते. पाऊल उचलताना तो जरा गुडघ्यात लवतो. गडी पन्नास-साठीच्या आसपासचा. पण अजून बाभळीच्या ओंढ्यागत आहे. रंगानंही तसाच. चालताना हात मागं-पुढं बरेच हलत असतात. कमरेला फाटकं धोतर असतं. पण त्याची नेहमी पहेलवानी लुंगी लावलेली असते. अंगात पहेलवानीच अंगरखा असतो. तोही जुनाट मळ खाऊन खाऊन काळपट झालेला. डोक्याचा पटका सरळ असा गुंडाळलेला नसतो. कधी पायांच्या पिंढऱ्यापर्यंत तो लोंबत असतो. उजव्या हातात नेहमी सानेचा विळा. चकाकणारा. चार बोटे रुंदीचा. दोरी कधी बामणाच्या जानव्यागत अंगरख्यावर गुंडाळलेली असते. कधी कोपरी करून पिशवीत टाकलेली असते... इकडं तिकडं लांबवर बघत बापूचं पाऊल पिकातून आत आत पडत असतं.

शेतकरी शेतात असला अगर नसला तरी बापूला त्याची फिकीर नसते. त्याची पहिली फेरी राजरोस होत असते. ओढा ओलांडला की, सरळ एखादा बांध तो धरतो. ठरलेल्या जाग्यांना विळ्याने गवत फाकतो. एका बाजूला सारून आळींबी बघतो. जोंधळ्यातून अगर मिरच्यातून घुसतो. भेंड्यांचा ताटवा दिसला की, घटकेच्या आत त्याचा मुडापा करतो. कुणाला पत्ताही लागत नाही. एखाद्या वेळेला चतुर डोळ्यांचा शेतकरी धावत येतो.

“बापू, भेंड्या तोडल्यास न्हवं का ह्या ताटव्याच्या?”
“हे ऽ ऽ चार घेतल्या गा दिसतानं. कोरड्याशाला काय नव्हतं.”

"हिकडं आण त्या भेंड्या. तुझ्यापायी घाटल्या न्हाईत. चोरून खायाच्या वाटणीचं श्यान खावं."

असा रंग दिसला की, बापू विशिष्ट तारेत बोलतो : "अं ऽ ऽ! काय खावं गा आम्ही मग? आम्हांस्नी का इनामं हाईत व्हय, रयता हो?"

एवढ्यावर शेतकरी गप बसला तर बरं. तो जर भेंड्यांची पिशवी हिसकावून घेऊ लागला तर बापू गुरगुरतो : "ए ऽ ऽ, सर गप तिकडं. का मुतून पेरलईस व्हय हे पीक? देवाघरचा पाऊस पडलाय; गोरगरीब जरा खाऊ द्यात की. –सोड ए ऽ ऽ पिशवीचा हात. चार भेंड्या घेतल्यात तुझ्या. बाकीच्या आणल्यात दुसऱ्याच्या हितनं." अशा वेळी बापूचे डोळे मोठे मोठे पांढरे पांढरे दिसतात. बाकदार नाकाच्या नाकपुड्या बऱ्याच फुगून वर जातात. ओठभर असलेल्या पांढऱ्याखड मिश्या तो खालच्या ओठानं उगीच निरपतो. अंगठ्याने आणि पहिल्या बोटाने त्यांचा कल बाहेर करतो. पांढऱ्याफेक भिवया, पांढरे केस, नाकावरचे पुन्हा पांढरे केस, कानांवरच्या पांढऱ्या केसांचा पुंजका अशा वेळी एक वेगळीच खुलावट त्याच्या रागाला आणतात.

शेतकरी मुकाट बसतो. बापू काहीतरी गुरगुरत पुढे निघून जातो. दुसऱ्या पट्टीत घुसतो. आंबाड्याची पानं, चवळीच्या शेंगा, कुठं टोच्यानं घातलेल्या कोथिंबिरीचे डहाळे ओरबडत तो पहिली फेरी पुरी करतो. पिशवी सणसणून भरते. हातात हातभर ओझं होतं. मग बापू कुठंतरी ओढ्याला पिशवी ठेवून काळ्या गवताच्या चार पेंढ्या कुणाच्याही ओढ्याला घेतो. कुणी विचारलं तर, "शेरडांस्नी चार घेटल्या गा." असं ठरलेलं उत्तर देतो. विशेष कोणी बोलत नाही. बापू निघून जातो... दुसऱ्या फेरीचे बेत पहिल्या फेरीच्या वेळी निश्चित झालेले असतात.

दुसरी फेरी दुपारी. ह्या फेरीतली त्याची पहिली बैठक बहुधा आमच्या खोपीत असते. ह्या वेळी हातात पिशवी नसते. नुसता विळा आणि दोरी. दुपारच्या वेळी पाऊस चिटचिट पडत असतो. कधी उनाची तिरीप घटकाभर पिकावर बसून जाते. कधी तर झिम् पाऊसही असतो. ह्या वाळल्या शेतातले शेतकरी सकाळची कामं आटपून जेवायला म्हणून घरी गेलेले असतात. कोणी ढोरांना वैरण घेऊन अगोदर गेलेलं असतं, कोणी बांधाला भारा घालून जायच्या नादात असतं. अशा वेळी घोंगड्याची खोळ घेऊन बापू रानाकडे येतो. आमच्या खोपीकडं त्याची पावलं धाप धाप पडत असतात.

दादा खोपीत असतात. ते पावसाळ्यात कामाला विशेष हात लावीत नाहीत. थंडीमुळं त्यांच्या पोटातली कळ उचल खाते. म्हणून ते धगटीपुढं सदा बसूनच असतात. खोपीतच वैरणपाणी, शेणं-घाणं बघत बसतात. कधी तासभर तिरीप पडली तर विळा घेऊन शिवाच्या आणि माझ्या मदतीला येतात. दोन-चार पाचुंडं गवत कापू लागतात. एरवी खोप धरून काहीतरी करीत असतात.

खोपीजवळ बापू आला की, दादांना हाक मारतो : "काय रतन, काय चाललंय?"

"ये बापू."

"काय करतोस?"

"काय हुईत न्हाई गा कामपावसुळ्यात." दादा जाग्यावरून न उठताच बोलतात. सगळी पोरं कामाला गेल्यामुळं त्यांना करमत नसतं. कोणी बोलायलाही नसतं. मग बापू खोपीत आला की, चिलमीवर चिलमी जाळीत, राख करीत गप्पा रंगतात. धुरासंगं बाहेर पडतात. बापूलाही वेळ काढायचा असतो. तसरीची चाहूल घ्यायची असते. म्हणून तो दादांच्या गप्पांना पाणी घालीत असतो.

"पहिलं बघ बापू असल्या पावसुळ्यात माझ्या अंगाचं कामानं पाणी पाणी व्हायचं." दादांना एकलेपणामुळं तरुणपणचे दिवस आठवायचे.

"व्हय, व्हय, खरंच! मी बघतच हुतो की!" बापूचा खरा-खोटा सूर निघायचा.

"पर ह्या कज्जाखटल्यानं माझं हातपाय वट्यात आलं गा."

"तर काय. पार डेंगून गेलास न्हवं."

"आगा, काळजी का थोडी? अकराशे रुपयांचा कज्जा जिकला न्हवं गुदस्ता."

"आर तिच्या भणी! तू जिकलास कज्जा?"

"तर काय! बरं, कज्जा साधाबी नव्हता. मळ्याच्या मालकासंगं चार सालं झट्याझोंब्या खाल्ल्या."

"व्हय व्हय."

"एवढं दांडगं मालकाचं बशिलं; पर थर करू दिलं न्हाई."

"शाब्बास रं पठ्ठ्या!" बापूची अशी ठरलेली उत्तरं असायची आणि दादांचा विषयही ठरलेला असायचा.

अशा गप्पा तास-अर्धा तास चालतात. मग बापू हळूच आपला विषय काढतो. "आसपासचं शेतकरी समदं गेलं काय घराकडं?"

"का चोरीला आलाईस वाटतं?" दादा हसत हसत विचारतात.

"व्हय गा. पोटाला काय न्हाई. सांजचं एकादा भारा बाजारात न्हेला म्हणजे तेवढाच एकादा रुपया मिळतोय."

"त्या वयल्या तसरीला हो. चव्हाणाचं गण्या आताच घराकडं गेलंय बघ."

दादांचं आणि चव्हाणाच्या गण्याचं म्हशी पिकात गेल्यावरून भांडण झालं होतं. –बापू तिकडं विळा फिरवीत निघून जातो. मागंपुढं बघत चापून भाराभर गवत करतो आणि लांब वळणाच्या वाटेने गावाकडं परततो.

कधी शेतकऱ्याची चाहूल लागली तर सरळ आमच्या खोपीत घुसतो. खोपीत खोपड्याला आमचं गवत असतं. त्यात आपलं गवत मिसळतो. शेतकऱ्यांनाही बापू आमच्याकडं कधीकधी येतो हे ठाऊक असतं. ते मग तिकडं येतात.

"काय बापू, गवात आणलंस न्हवं का माझ्या बांधाचं?" शेतकरी बरोबर विचारतो.

पण बापू तोंडावर नेहमीचं हासू आणून साफ खोटं बोलतो. "न्हाई गा. अजून मी ह्या खोपीतनं उठलोबी न्हाई बघ. आता तुझ्याकडंच एक भाराभर गवात मागायला यावं म्हणत हुतो. तवर तूच आलास."

"थापा मारू नगं. आता हेच माझ्या डोळ्यासमोर भारा घेऊन आलास तू."

"देवाची आन गा. मी तिकडं गेलो न्हाई."

"उगच देवाला कशाला मधी घालतोस? तुझी पावलं उठल्यात ती धडधडीत सांगत्यात. समद्या तसरीला तुझी पावलं माहिती हाईत." शेतकऱ्याला बरोबर पुरावा सापडलेला असतो.

बापू त्यातूनही वाट काढतो. "आता काय करायचं! मी तिकडं आलोच न्हाई. सकाळी भाजीपाला हुडकायला तिकडं गेलो हुतो. त्येचं पाऊल उठलं असतील." शेतकऱ्याला धडधडीत खोटं पाडून; जमल्यास पान-तंबाखू त्याच्याकडनं बापू उकळतो.

एकदा बापूनं ह्या तसरीला खूण वणवा दिला. ज्याचं त्याचं गवत त्यानं लांबविलं होतं. बाटकांचं भारं मटमाया केलं होतं. बांधाकडंला काढून ठेवलेल्या वैरणीही पळवल्या होत्या. ज्याचा त्याचा जीव अगदी कैंगटून गेला होता. बापूला एकट्यानं कुणी दम दिला तर बापू त्याला दाद देत नसे. प्रत्येक जण त्याला जरा भिऊनच वागायचा. मांग गडी. तसल्यात चोर. त्यामुळं कुणी त्यालाच भीतीच्या पोटी सामील व्हायचे.

पण हेही प्रत्येकाच्या अंगलट येत होतं. आपल्या गैरहजेरीत आपलंही जातंच; असं ज्याला त्याला कळून आलं होतं. म्हणून तसरीच्या सगळ्या शेतकऱ्यांनी गट्टी केली. बापू कुठल्याही जितरापात घुसला की त्याला धरून कचेरीत न्यायचं.

सगळ्यांनी त्याच्या विरुद्ध साक्ष भरायची, असा सगळ्यांचा विचार होता. बापूला ह्याची कानगी लागली. बाबू गवंड्यानं हे सगळं खेट काढलं आहे; असं त्याला कळलं.

एक दीस मांगवाड्यातनं बाबू गवंडी वैरणीचा भारा घेऊन घराकडे चालला होता. बापू त्याला आडवून म्हणाला : "ए ऽ ऽ हरखलेल्या बाबू, टाक त्यो भारा खाली." बाबूनं भारा खाली टाकला. त्याशिवाय त्याला दुसरा मार्ग नव्हता.

"का गा? लई फुडारीपण घेटलईस तुझ्या तसरीचं? गोर-गरीब मांग-म्हार पोटं भरून खात्यात ते बघवंना व्हय तुला?"

"न्हाई बाबा. मी कशाला फुडारीपण घेऊ, माझं काय हिलागलंय?"

बाबूला आपण मांगवाड्यात उभं आहोत ह्याची जाणीव होती. कमीजास्त झालं असतं तर त्याचीच हाडं त्याच्या डोकीवर भारा बांधून दिली असती. तो म्हणाला : "मांग-म्हार लुटून का न्हेईनात ती तसरी. मला काय करायचंय?"

"कुणाला दखल? पर याद राख. हाताला धराय गेलं तर तू रोडकं. मानगूट धराय गेलं तर बोडकं. चिरमुरा उडिवल्यागत उडवीन तुला. सारं रान एका कडंनं खुरपून न्हेल्याबिगार ऱ्हायचा न्हाई... हाय का बघायचं तुला?"

बाबूची पाचावर धारण बसली. "हे बघ बापू, देवाची शपथ घेऊन सांगू का तुला? मी त्या भानगडीत कशाला गा पडू? सगळी तसरी जरी उचलून आणलीस तरी मी काय बोलणार न्हाई. मग आणि काय पाहिजे?"

बापूचं येणं-जाणं पहिल्यासारखं पुन्हा सुरू झालं. कोणीही त्याच्या वाटेला जाईना.

सुगी संपली. बापूचा हात कुठंच सरकेना. रातच्या चोरीसाठी त्याला जाता येत नाही. रात-आंधळा आहे... देवानं तेवढं एक बरं केलं आहे. मग दिवसाढवळ्याच भुरट्या चोऱ्या करून त्याला पोट-पाणी चालवावं लागतं. रानातली पिकं नि गवत, वैरणी संपल्यामुळं त्याच्या ह्या धंद्याला मुरड बसली. आमचं पयाणचं गवत मागास राहिलं होतं. दादांनी ते कापायला माणसं सांगिटली होती, त्यात बापूही होता. त्याला कुठंच दुसरं काम नव्हतं; म्हणून मिळतील ते चार पैसे घेऊन तो पोटाची गुजराण करीत होता.

पिकाची सगळी वावरं उघडी झाली होती. नुसते सड तेवढे दिसत होते. कुठं कुठं तर तंबाखूचं फड नि कापसाची रानं आहेत म्हणायला ओली दिसत होती.

मोकळ्या रानातून ढोरं चघाळ-चोथा खात हिंडत होती. धनगरांनी आपल्या मेंढरांनी एकच गोमगाला सगळ्या रानभर चालविला होता. पालेदार बाभळी नि त्यांच्या शेंगांवर सगळी धनगरं तुटून पडत होती. मेंढरं लुटून खात होती.

दुपारचे अकरा वाजून गेले होते. सकाळच्या न्याहाऱ्या सगळ्यांनी केल्या होत्या. दोन-अडीच तास कामं करून सगळेच गवताला आलेले जेवायला घरी जाणार होते. जो तो गवत ओढीत होता. मुठीमुठीला पेंढी आळपत होता. घटकेघटकेला विळा सानेच्या दगडावर घासत होता. पाण्याचा घुटका घेत कामाला लागत होता. घाम निरपून पेंढ्या मोजीत होता. ढीग करीत होता. ऊन खात होता... तरी मनात हिरवा मुगोरा फुलला होता. सगळं मुक्या सिनेमागत चाललं होतं.

बापू ओढ्याकडंच्या बांधाला एकटाच गवत कापीत होता. दोन-चार कासऱ्याच्या बांधात त्यानं दुसऱ्या कुणाला बसू दिलं नव्हतं. तिथं गवत उंच नि झुबकेदार होतं. पेंढी बारीक बांधली तरी चालत होतं. काही कळून येणार नव्हतं. गवताची काडी बारीक होती. भसाभसा कापत होती. गवत ओढायला हलकं जात होतं. डोळे पांढरे करून बापूनं त्यावर कापायला मालकी सांगिटली होती.

शेजारच्या वावंड्या रानात मेंढरांचा बगा किरळं वेचत होता. बांधावरच्या सड्या पोटासाठी तोडत रमला होता. धनगरं बाभळीच्या झाडाखाली भाकरी चावत बसली होती. आसपास कुत्री जमली होती. पुढं पाय टाकून जिभांतली लाळ गाळत होती. धनगरणी बाभळी शिरी गोळा करून भारं घालीत होत्या. कुणी चेपल्याचं पाय देऊन भारं आवळीत होत्या. कुणी वाढीत होत्या. मेंढरांचा बगा सगळीकडं विसकटलेला होता. तो एका जागी करायला कोणी धनगर मोकळा नव्हता. सगळेजण पोटात भाकऱ्या ढकलून देत होते. दुधाचे घुटके अधून-मधून घेत होते.

बापूचं गवतावरचं लक्ष उडालं. तो फुटीर झालेल्या बग्याकडं घटकंघटकंला बघू लागला. पेंढी बांधून त्यानं गवताची कापणी बंद केली. आणि तो उठला. लांबूनच त्यानं धनगरांना हाळी घाटली : "धनगरहो, वाईच भाकरी द्यारं. न्याहरीला जरा कमतर आली हुती."

असं म्हणत धनगर जेवत होते तिथं गेला. धनगरांना भाकरी नाही म्हणवेना. मुदलात बापू हा मांग गडी. तसल्यात चोरटा. कशाला दुखवा म्हणून धनगरांनी एक भाकरी नि तिच्यावर सांडग्याचं कोरड्यास घाटलं.

भाकरी खात बापू परत आला. बग्यातली मेंढरं अगदी बांधावर आली होती. बापूनं त्यांना हुसिकलं नाही. एक मेंढरू तर सौंदडीच्या झाडाखाली आलं. बापूनं

ठेवलेला पाण्याचा गोळा त्यानं बराच वेळ हुंगला आणि लवंडून दिला तरीही बापूनं त्याला दबिवलं नाही. बरीच मेंढरं त्यानं आपल्या बांधाजवळ येऊ दिली. आपण उंच गवताच्या आडाला भाकरी खात बसला... बराच वेळ तिथं काहीतरी केलं. घटकाभरानं ऊठबस केली. थोडी धडपड केली आणि बऱ्याच वक्तानं बापू गवत कापू लागला.

धनगरांची जेवणं झाली. त्यांनी सांजच्या भाकऱ्या फडक्यात गुंडाळल्या. जाळ्यांत टाकल्या. पानं खाऊन तोंडं लाल केली. जाळी काखंत अडकून घोंगडी झाडीत सगळी धनगरं उठली. चारी बाजूंनी चार होऊन मेंढरांचा बगा एका जागी आणला आणि चारीत चारीत ती नदीच्या वाटेनं पाय उचलू लागली. त्यांच्या बायकांनी मोकळी भांडी पाट्यांत टाकली. बाभळीच्या शिऱ्यांचं भारं पाट्यांवर ठेवून त्या कमरेत वाकत चालल्या.

मांगांनीही गवताची कापणी बंद केली. गेळे, विळे, सानेचे दगड घेऊन ती घराकडं जेवणाला जायला निघाली. बापूनंही कापणी बंद केली. मात्र त्यानं आणलेलं पटकूर झटकवलं नाही. गेळा उचलला नाही. घराच्या वाटेवर ढुंकूनही त्याची नजर गेली नाही. त्यानं ते पटकूर तिथंच पैस केलं. जानबा मांग त्याच्या जवळनंच घराकडंच चालला होता. "बापू, येत न्हाईस व्हय घराकडं?"

"न्हाई गा. वाईच धनगरांनी भाकरी दिली हुती. पॉट भरलंय आता. हितंच पडतो घटकाभर नि लागतो झालं कामाला."

जानबा निघून गेला. सारं सामसूम झालं. भोवती कोणी दिसेना. बापू पटकुरावरनं पुन्हा उठला. पटकुराखालची जागा त्यानं पुन्हा सफय केली. तुडीवली. दुपारपर्यंत तिथंच गवताच्या आडोशाला पडून राहिला. दुपारी तीन वाजता मांगं आल्यावर पुन्हा गवताला सुरुवात झाली. बापू तिथंच हळूहळू गवत कापू लागला. गाणं गुणगुणू लागला... लावणी.

"बापू, केवढं कापलंस गवत?" लक्ष्यानं बापू धावंवर जाताना विचारलं.

"कापलं दोन–अडीचशे."

"का? आळस केलास वाटतं आज?"

"बावटा गवात ओढून ओढून दुखाय लागलाय गा."

"बामनाचा वाटतं तू?"

"म्हातारं माणूस. कुठलं हुईल गा आता काम?" बापू हसत म्हणाला.

"व्हय व्हय. चोऱ्या करून चटावलाईस. मग काम करावंसं कसं वाटंल." बापू हसत हसत मोटंकडं गेला.

चार वाजून गेले. कापणी बंद झाली. बापू धावंवरच होता. दादा मोटेवर होते. गप्पा रंगल्या होत्या. बापू होकार देत होता. बऱ्याच उशिरानं एक धनगर कुऱ्हाड खांद्यावर आडवी टाकून धावंकडं येताना दिसला. बापूची नजर पल्ल्याची. त्यानं तिकडं बघून विचारलं : ''रतन, कोण गा ह्यो?''

''बिऱ्या धनगर वाटतं. चाललंय जणू घराकडं.''

''व्हय व्हय.''

धनगर जवळ आला. ''रत्नाप्पा, बारकं कोकरू-बिकरू ऱ्हायलं हुतं काय गा हितं सकाळी?''

''काय न्हाई गड्या माझ्या आढळतं.'' दादांनी मोट दबवत उत्तर दिलं.

''कोकरू-बिकरू काय न्हाई गा दिसलं. मी सकाळधरनं हितंच हाय.'' बापूनंही एक उत्तर दिलं.

''इच्या भणी! दुपारठावनं कोकरूच याक न्हाईगा कुठं. पाणी पाजताना मी नदीला मोजून बघिटलं.'' बिराप्पा चिंतागती झाला होता. तो घराच्या वाटेनं पुढं जाऊ लागला.

बापूनं ओंजळभर पाणी प्यालागत केलं! आणि तो बिराप्पासंगं ओढ्याकडं जाऊ लागला. बिराप्पा ओढ्यापलीकडं गेल्यावर बापू परत मोटेकडं आला. बिराप्पानं दिलेल्या पानानं त्यानं तोंड रंगवलं होतं. (विळा विसरल्याचं निमित्त काढून तो परत आला होता.) पाटाच्या दगडावर बसत तो दादाला हळूच म्हणाला : ''रतनाप्पा, मी जरा फिरून येतो. किनीट पडायच्या आधीच हितं येईन. जरा वरतीकडं वड्याला नजर राख. कोल्हं-कुतरं येऊन त्या सौंदडीजवळ उकरायला लागंल.''

''का गा? काय हाय तिथं?'' दादांनी हळूच दबक्या आवाजात विचारलं.

''आगा, दुपारी नरड्याचा घाटा दाबून एक कोकरू मी तिथं पुरून ठेवलंय. आलं हुतं बांधाकडंला चरत चरत.''

''आरं तुझ्या भणं! आयला, कुठं पाप फेडशील हे?'' दादांनी नाराजी दाखवली.

बापू हसत हसत म्हणाला, ''न्हाईगा. उन्हाळ्याचं दीस. कुठंच हात सरकंना. पोटालाबी काय न्हवतं... काय करतोस! जगलं तरी पाहिजे. हे पॉट गप बसू देतंय व्हय?''

■

आक्कूमावशी

"हं! ये म्हातारे, पोरीच्या तोंडात साखर घाल; ये." म्हातारी उठून चालत आली. न बोलताच तिनं पोरीच्या तोंडात साखर घाटली आणि पेकटावर हात ठेवून तशीच न बोलता जाऊ लागली.

"जातीस कुठं? थांबा वाईच. पाव्हण्यासंगं जेव नि मग जा." म्हातारी थांबली... तिला तेच पाहिजे होतं. आज ती ओठांत जाईल तेवढा एक-एक घास करणार होती.

ती एका बाजूला तशीच थोडी गुडघ्यांत वाकून उभी राहिली. अंगावरच्या जुणेरानं निम्म्या मांड्या नि वरचा सगळा भाग झाकलेला होता... जुणेर बघून वाटत होतं; परमेश्वरानं लाज दिली नसती तर बरं झालं असतं. केसांच्या आखूड बटा कानांवरनं, डोळ्यांवरनं लोंबत होत्या. गोऱ्यापान अंगावर काळ्या तिळांचे डाग प्रमाणाबाहेर दिसत होते... गरिबाच्या दारातनं जायचं नाही एवढं दांडगं अंग! बरंच म्हातारपण आलं होतं; पण धिप्पाड अंगामुळं ते त्यात मुरून जात होतं.

पोरीच्या भोवतीनं बायका-माणसांची दाटण मी म्हणत होती. पुरुष बाजूला उभे होते. बायका-पोरीजवळ जायच्या, ताटातली साखर तिच्या हातात द्यायच्या, कुंकू लावायच्या आणि निघून जायच्या. नवरा मुलगा बापयांतच उभा होता. त्याच्याकडं सगळ्या बायका मधनं मधनं बघत होत्या. म्हातारी बायकांतच उभी होती... पण जरा बाजूला.

ती ज्या दिशेनं तोंडात साखर घालायला आली; तिकडं नवखी माणसं

अंधारातच न्याहाळून न्याहाळून बघत होती. ही म्हातारी अंधारातनं कुठनं आणि कशी आली; हे एक कोडंच होतं. म्हातारीला सत्तूमावशीनं पहिल्यांदा हाळी मारली होती. नि तिनं त्या अंधारातनं ओ ऽ दिली होती. माणसं त्या अंधाराकडं टकमक बघत राहिली... पण सगळा अंधार दिसत होता. कुजट वास सोडत गोठून बसलेला अंधार! त्या अंधारात एक संसार होता.

एका भिंतीच्या कडेला थोडं वासं घालून आडोसा केलेला होता. बारकीशी चूल होती. आडदाणीवर लोंबकळणाऱ्या फाटक्या वाकळा नि धोतरं होती. ढासळलेल्या भिंतीच्या खोपट्यात दोन उतरंड्या होत्या. सगळी गाडगी तडे गेलेली, तरी जपलेली. उजेडात हे सगळ्यांना दिसून आलं असतं... पण दिसत नव्हतं तेच बरं होतं.

आक्कूमावशी दिवसभर त्या घरात बसते. जिवाला एकटीच आहे. एक मुलगा आहे. पण तो असून नसल्यासारखा. दिवसा कधी गल्लीला तोंड दाखवत नाही. रात्री तेवढा जेवणापुरता का कशापुरता घरी येतो. त्याच्या हातात रातचीही ओळखून यावी अशी चकाकणारी परशी–कुऱ्हाड असते. कुणाशी एकही शब्द न बोलता तो घरात जातो. त्याच मुक्या तोंडानं बाहेर पडतो. दिवसभर मोटारीच्या अड्ड्याच्या आसपास घुटमळताना दिसतो. पोलिसांनी त्याला जुगारात नि दारूत कितीदा तरी पकडला होता. म्हातारीला एक पैसाही त्याच्या हातून कधी मिळत नाही. उलट होता नव्हता तो सारा संसार त्यानं धुऊन खाल्ला आहे. घरातली ताटं, वाट्या, तांबे, हंडे, घागरी जेवढं म्हणून डोळ्यांना दिसलं तेवढं बाहेर नेऊन तांबटाच्या आडघराची भर केली आहे. म्हातारी त्यासाठी त्याला अडवते, ओरडते, रडते. कधीकधी दोन-चार लाथा खाऊन ''मेले गं बाई'' म्हणून उंबऱ्यात येऊन पडते.

आता ही म्हातारी परळात जेवते. लोटक्यानं पाणी पिते. मातीच्या मोग्यानं गावाच्या मध्ये असलेल्या हौदाचं पाणी आणते. अंघोळ करते. दुसरी खेप आणते. जुणेरं धुते. तिसरी खेप पाणी शिलकीला पडतं.

आता ती काय खाऊन जगते, मला माहीत नाही. पहिलं पहिलं तिचं बरं चालत होतं. गल्लीतल्या बायका तिला चटणी कांडायला बोलवत होत्या. होईल तसं ती करत होती. चार-आठ आणे दिसाच्या पोटी तिला मिळत होते. पेरणीच्या टिपणाला शेंगांचं बी काढण्यासाठी आक्कूमावशी शेतकऱ्यांच्या घरांत सदा असायची. दिवसभर तिला चहाचं पाणी, कुठं अर्धी–कोर भाकर मिळायची. अधून-मधून चार-

दोन शेंगाचं दाणं तिचं तोंड हलवायचे. सांजेच्या पदरी मिळालेल्या शेर-मापटं शेंगा घेऊन ती घराकडे परतायची. पेकटात किंचित वाकून तुरुतुरु चालायची.

कुठं काम नसलं की, ती आमच्या आईला विचारायला यायची. "तारा, येऊ का गं आज तुझ्यात कामाला? काढ कायतरी काम. आठ-पंधरा दिवस कुठंच काय काम न्हाई बघ. दोन आणं कमी देईनास, पर तुझ्याकडं कामाला येते." मळा म्हटल्यावर काम नेहमीचंच असतं. आक्कूमावशीही आईला दहा आण्यांच्या ऐवजी आठ आण्यांत मिळायची आणि एखादं बाहेरचं माणूस कामाला असलं की, कामही वसरतं भराभरा. घरच्या माणसांत बाहेरचं माणूस कामाची चुकवाचुकव करत नाही. पण तेच माणूस बाहेरच्या चार माणसांबरोबर येवदार येवदार काम करून दिसाभराचा रोजगार करतं. म्हणून आईही एकल्या आक्कूमावशीला कामाला सांगायची.

माझा धाकटा भाऊ शिवा आक्कूमावशीसंगं कामाला लागायचा. शिवा मोठा बेरकी. तो म्हणायचा : "आक्कूमावशे, उसाच्या दोन्हीबी काकऱ्या मोडत चाललीस की!"

"कुठं मोडल्यात रं माझ्या हांट्या?"

"न्हवं काय ह्या? जरा अंग सावरून काम कर. आऱ्यात मावत न्हाईस नि कशाला येतीस कामाला?"

"छल, माझ्या सुडक्या, थांब; तुझ्या बालाबी तुझ्यासाठी माझ्यागत दांडगीच बायकू आणायला सांगते. मग कसं करतोस बघू." तिच्या अंगाकडं बघून पोरं अशी गंमत करत. ती ते हसण्यावर घालून मोकळी होत असे.

शिवाचा लौकर न कळणारा विनोदही बराच वेळ चाले. "आक्कूमावशी गं, तू जुंधळ्याची बाळ-भांगलण लई चांगली करतीस बघ." शिवा शांतपणे म्हणे.

"ते रं का? सगळी कामं मी काय वंगाळ करते?"

"न्हाई की!"

"पर तुझी आई कुठं कामाला सांगतीया? आणि सांगिटलं तरी दोन आणं जगापेक्षा कमीच देतीया. हे बघ, आज तिला सांग; म्हणावं, आक्कूमावशी लई चांगली भांगलण करतीया. तिला रोज कामाला सांग आणि रोजगारबी भरपेठ दे."

"त्यासाठी मी म्हणत न्हाई, आक्कूमावशी." शिवा न हासताच बोले.

"तर कशापायी रं लेका?" आक्कूमावशी शिवाला माया लावी.

शिवा शिस्तीनंच म्हणत असे : "हे बघ; जुंधळ्याचं टोचं भांगलून फुडं जातीस आणि भांगलताना जुंधळ्याच्या सुरळीत जी माती जाती; ती तू फुडं

सरकताना तुझ्या ढुंगणानं जुंधळा वाकून आपोआप खाली पडती.'' मग सगळी पोरं नि माणसं खुरपी टाकून हसत बसायची. शिवा मात्र लटकं गंभीरपण आणायचा.

''छल माझ्या सुडक्या.'' असं म्हणून आक्कूमावशी जाग्यावरनंच शिवाकडं झेप घेतल्यागत करी.

सुगीतले दोन महिनेही तिची पोटाची खळगी भरलेली असायची. जोंधळ्याची सुगी लागली की, म्हाताऱ्याकोताऱ्या बायका डोक्यावर बुट्टी घेऊन उठतात. हातात खुरपं घेऊन बाहेर पडतात. पोरा–टारांच्या बायकाही गुडाला जातात. सुना–लेकी घरं सोडून शेतं धरतात. सुगीचं दिवस शेतकरी राजाही पोरा-टाराला, बायका–माणसाला, म्हातारी–कोतारीला सरसकट पोटभर कणसांचा रोजगार देतो. पोटाला मिळवायचे दीस असतात. हात सैल सुटलेला असतो. कुणी अंगचुकारी केली तर चालतं. शेतकरी तिकडं कानाडोळा करतो. त्यातच आक्कूमावशीचं फावत असे. ती दोन-तीन आठवडे सुगीत कुठं ना कुठं तरी गुडाला जायची. रोज सांजचं आठ-नऊ फाडी भरीव कणसांचा रोजगार आणायची. त्यावेळी तिला दोन-तीन महिन्यांची पोटगी मिळत असे. मग लगेच शेंगांची सुगी. पोतं-दीड पोतं शेंगा करून ती विकायची. शेंगांची सुगी संपल्यावर ती बाबऱ्या शेंगाला जात असे. ... दोन-तीन महिने तिच्या जिवाला घोर नसायचा. पुन्हा मग मागचं तसं पुढं व्हायचं.

हल्ली मात्र ती कुठं कामाला जात नाही. कोणी तिला कामच देत नाही. अलीकडं ती बरीच डेंगलेली आहे. चालताना ती पहिल्यापेक्षा जास्त वाकते. वाट धुंडत गेल्यागत करते. थोडा वेळ उभी राहिली म्हणजे पाय थरथरतात. मग 'हुशऽऽ' करीत रस्त्यातच बसते. पाण्याचं मोगं बाजूला ठेवते. घटकाभर वेळ गेली की, ''आरं देवारं, अजून कसं डोळं उघडनात तुझं?'' असं म्हणून मोगं उचलते. कुणाशी न बोलता रस्त्यानं चालते... कुणाशी बोलणार? तिचं जग आता पाठीमागं गेलं होतं.

पोटासाठी ती जगत होती. पोट मोठं लुबरं होतं. म्हणूनच तिला म्हातारपणात चावडीवर जावं लागलं. दोन दिवस पोटाला घालून तिथंच ठेवलं होतं. पोटभर अन्न मिळत होतं. पण त्याचबरोबर भीतीचा गोळाही पोटात उठत होता. ते मोठं वाईट होतं. वरचेवर पोलीसअधिकारी तिला विचारीत होता. पण ती एकच उत्तर द्यायची : ''देवाची आन मी चोरी केली न्हाई. वाटलं तर दत्ताची पायरी आंघूळ

करून चढते.'' पण पोलीसअधिकाऱ्याला ठाऊक होतं की, हिनंच चोरी केली आहे.

त्याचं असं झालं : एक दिवस आक्कूमावशीच्या दारात पोरं फर्ग्यांनी खेळत होती. त्यात गोपाळाचा लाडका पोरगाही खेळत होता. भर उनात खेळ चालला होता. आक्कूमावशी मोग्याचं बोळं घट्ट करून घालत उंबऱ्यात येऊन बसली होती.

बराच वेळ डाव चालला होता. गोपाळाचा पोरगा रडकुंडीला येऊन लंगडी घालत होता. डोळं पुसत, नाक शिंकरत कानाला लागणारी ओढ सहन करीत होता. पोरांनी मतामत केली होती. त्याला तंगवायचं ठरवलं होतं. कान ओढून ओढून लाल करण्याचा बेत केला होता. गोपाळाच्या पोराला ते कळलं. ते मनावर उदार होऊन म्हणालं, ''मी डाव घेणार न्हाई जावा आता. आयला, साल्या हो तुमची मतामत हाय.''

''रडवी भागूबाई'' म्हणून पोरांनी चिडवलं. मग आणखी दोन डाव झाले. पोरांची गट्टी जास्तीच झाली. पोरं फिदीफिदी हसू लागली. चिडवू लागली. आक्कूमावशी मधे पडली; ''सुडक्यांनो, त्येलाच का रं सारखं लंगडी घालायला लावता? बाबा दिनू, जा रं तू घरला.''

पोरगं जायला निघालं आणि भांडणं जुंपली. गोपाळाच्या पोराला मारलं. त्याच्या तोंडाचे येवदारे घेतले. कमके घेतले. अंगरखा फाडला. ढकलून दिलं. गुडघे फुटून रक्त आल्यावर पोरं पळून गेली.

आक्कूमावशी 'आऱ्या आऱ्या' म्हणत गुडघ्यावर हात ठेवून उठली. नि पोराला उराशी धरून बसली. त्याच्या गुडघ्याला बोळ्यांसाठी घेटलेल्या चिंधीतली एक चिंधी बांधली. म्हणाली, ''जा बाबा घरला. तसल्या उनाक पोरांतनी आपून कशाला खेळावं? गुडघा फुटला बघ. आईला म्हणावं, येशेल तेलाचं बॉट गुडघ्याला लाव.'' पोरगं निघून गेलं.

दुसरे दिवशी आक्कूमावशीच्या दारात एक पोलीस आला. आक्कूमावशीचं काळीज पातळ झालं. काहीही न ऐकता तिला चावडीवर घेऊन गेला. तिसऱ्या दिवशी तिनं पोलीस अधिकाऱ्याला 'हूं ऽ' म्हटलं. गोपाळाच्या पोराच्या गळ्यातली सोन्याची पेटी तिनं घेतली होती. पोरं भांडताना ती तुटून आक्कूमावशीच्या दारात पडली होती.

गोपाळाला चावडीवर बोलावलं. आक्कूमावशी त्याला म्हणाली : "बाबा पोटाला न्हवतं; म्हणून मी घेटली. परगावासनं आलेल्या एका बाईला इकली. तिचं नाव–गाव मला ठावं न्हाई. इसावर पाच रुपयला इकली. सात रुपय म्या खाल्लं. उरल्यालं बाकीचं तुला घरात गेल्यावर देते. चल घराकडं." गोपाळानं उरलेले अठरा रुपये आक्कूमावशीकडनं घेटले आणि तिला मोकळी केली. ... चहा–पाण्याला म्हणून पोलिसांना गोपाळाचे पंधरा रुपये गेले होते.

तेव्हापासनं आक्कूमावशीचं बहुतेक काम तुटलं. लोक तिला चोरटी म्हणू लागले. पोटाला काय खात होती कळत नाही. पावसाळा तर झिम् सुरू झाला होता. तिला आडोसा नव्हता. पडक्या भिंतीवर पावसाळी गवत उगवलं होतं. परड्यातल्या पडक्या भिंतीला दार होतं. ते तिच्या लेकानं चौकटीसकट विकून खाल्लं होतं. त्यामुळं तर वारा भिरीभिरी पावसाचे शिंतोडे घेऊन आत यायचा. आक्कूमावशीनं बेवारशी कुत्र्यागत दोन भिंतींच्या खोपड्याचा आधार घेटला होता. कुणाशी बोलत नव्हती. कुणाला सांगत नव्हती. भूत बसल्यागत गप बसायची. रातचं परक्या माणसाला तिथं जायला भीती वाटेल असं घर. शिवाय तिच्या परड्यातली 'ताईबाई' अतिशय ओंगळ होती.

बेंदराच्या सणाला पोळीभाताचा निवद ह्या ताईबाईला दर घरातनं पोचता केला जातो. ऊदकाड्यांचं एक झाड, हळद-कुंकवाच्या पुड्या, पाच पोळ्या नि द्रोणभर भात. शिवाय एक अंडं नि एक नारळ एवढी सामगिरी तिला द्यावी लागते. पोळ्या नि द्रोणातला भात अंड्यासकट ताईबाईच्या मागं पुरावा लागतो. कोणी नवस बोलून घेतं. मग ताईबाईला 'उरफाट्या पक्कांचं' कोंबडं किंवा डुकराचं पिल्लू द्यावं लागतं. कुणी कुणी गाभणी मेंढी कापतं.

पाऊस बाहेर तोंड काढू देत नव्हता. आभाळ फाटल्यागत झालं होतं. रस्त्यातनं राडहुदल झाली होती. घरातनं जागजागी गळलं होतं. निजायलाही धड कोरडी जागा मिळत नव्हती. गल्लीतल्या डबक्यात पाणी साठलं होतं. गटारातनं पिवळं गाल फुगणारं बेडाक खाळकन् उड्या मारत होतं. मिरगाच्या सुरुवातीला खत भरून नेल्यामुळं उकिरड्यांचं खड्डं मोकळं झालं होतं. पाणी साठून ते तडम झालं होतं. बेडकांची डराव डराव त्यातही घुमत होती. शेजाऱ्याच्या वळचणीला काकडून मेलेल्या मरतुगड्या मांजराचा मुडदा घणत होता. माशा, डास, चिलटं सांजेचं घरात येऊन घुंई घुंई करत पिडत होती.

त्याचा परिणाम होऊन आमच्या घरात बारकी अनसुया तापानं हुंबत होती. बेंदराचा दीस. ताईबाईचं म्हातम! आईला आठवण झाली. तिनं 'उरफाट्या पक्कांचं' कोंबडं सोडायचं ताईबाईला बोलून घेटलं. पोरीचा ताप उतरण्याच्या बाबतीत हा सौदा झाला होता. ताईबाईची सगळी तयारी करून ठेवली. थाबड्यात निवद भरून ठेवला होता. सोप्यात बुट्टीखाली कोंबडीचं पिल्लू डाललं होतं.

किनीट पडल्यावर मी आणि शिवा मळ्याकडनं आलो. म्हशीसाठी आणलेला उसाच्या पाल्याचा भारा मी आत टाकला. अंगावरची भिजलेली कापडं उतरून पिळली. खुंट्यांवर वाळत टाकली, ठेवणीतली फाटकीतुटकी काढून अंगावर घाटली. चहा प्यायला चुलीजवळ गेलो.

"आन्दा, एवढा निवद देऊन येजा बाबा बिगीद्यानं." आईनं मला सांगिटलं.

"भरून ठेवलाय वाटतं सगळा?"

"व्हय. ते बघ थाबडं, कोंबडीचं पिल्लूबी एक सोडायचं हाय."

मी आणि शिवानं निवद नि पिल्लू उचललं. पोत्यांच्या खोळी पांघरून चाललो.

बाहेर पाऊस घळाघळा पडतच होता. ताईबाईला जायची वाट जरा पल्ल्याची होती. बऱ्याच लांबनं नि घाणीतनं जावं लागणार होतं. सगळा धनगरवाडा ओलांडावा लागणार होता. शेरड्या-मेंढ्यांच्या मुतानं नि लेंड्यानं सगळी गल्ली घाणेघाण करून सोडली होती. वास सुटलेला असतो. तिकडून जायचं माझ्या जिवावर आलं. आक्कूमावशीच्या घरातनंच जायचा मी नि शिवानं विचार केला. तिच्या परड्यातल्या बाजूनं गराडा जरा चढला की, ताईबाई येते.

"आक्कूमावशी" मी तिच्या घरात जाताच हाक मारली.

"काय रं आंदू? का आलाईस? हातात काय ते?" ती गपकन उठून प्रश्नामागोमाग प्रश्न विचारू लागली... त्या प्रश्नांत भूक होती.

"काय न्हाई निवद आणलाय ताईबाईचा. म्हटलं किचकाटातनं कुठं जायचं आता? तवा तुझ्या परड्यातनंच गराड्यावरनं उडी टाकून जावं म्हणून आलो झालं."

"जा जा. गराडाबी ढासळलाय आता. चल; मीबी येते तुला वाट दाखवायला." आक्कूमावशी उठली. पडलेल्या जुणेराचा हातभर पदर तिनं डोक्यावर घेटला. आमच्यापुढं अंधारातच जाऊ लागली. म्हातारं माणूस; पण अंधारात चालायची तिला सवय होती.

“ये सावकास आता. भिंताडाला हात नगं लावू. तडा गेलाय. मधीच धोंडा हाय बघ वाटंत. ठेचाळशील.” मी तिच्या सांगण्यानुसार चालत होतो. शिवा मागोमाग येत होता.

त्या अंधारात गराड्यावरनं आम्ही सगळे पलीकडं गेलो. ताईबाईपाशी आलो. ठावक्यात दगडाच्या आडोशाला कापसाची वात जळत होती. मधूनच पावसाचा थेंब पडला की, चुरचुर वाजत होती. ताईबाईच्या मागचं शेवग्याचं झाड त्या पावसात भुतागत दिसत होतं. एक पुरुषभर उंच जाऊन ते उगवतीला प्रमाणाच्या बाहेर झुकलं होतं. मधूनच घुटकाभर वारा झाडायचा. ठावकं फरफरायचं.

“ठेवा हितं निवद.” आक्कूमावशीनं कमरेवर हात ठेवून सांगितलं. मी निवद खाली ठेवला.

“आंडं आणलंईस का न्हाई?” आक्कूमावशीचा प्रश्न.

“आणलंय की! आणि कोंबडीचं पिल्लूबी हाय एक.” मी बोललो.

“नवास बोलून घेटलंय वाटतं आईनं तुझ्या.”

“व्हय; आनशीला बरं न्हाई.”

“बरं बरं. ते पिल्लं शेवटाला सोड. आगुदर त्यो निवद नि त्या पोळ्या पूर हितं.” मी तसं केलं. तवर शिवानं नारळ फोडला. इतक्यात दोन कुतरी गुरगुर करत तिथं आली. शिवा नि मी दचकलो.

‘हाड’ म्हणून त्यांच्या पेकटात आक्कूमावशीनं पायांतली दगडं फेकली.

कुतरी कुईकुई करत जरा लांब जाऊन उभी राहिली. ...आक्कूमावशी पटकुराखाली भिजत उभी होती...

“आज बेंदूर हाय. बरंच जणं निवद घेऊन आलं असतील?” मी म्हणालो.

“मोपजण येऊन गेलं.”

“ठावकं याकच दिसतंय पेटीवलेलं, म्हणून म्हटलं.”

“ठावकं व्हय? कुठलं रं. कुतरी येत्यात नि तेलाच्या वासानं ठावकी पळवून न्येत्यात. मागं पुरल्याली अंडी नि निवद उकरून खात्यात.”

मी ताईबाईला शेंदूर फासला. थाबड्यात सगळं भरलं. शिवानं थाबडं घेटलं नि मी पाण्याचा तांब्या हातात घेऊन चाललो. शिवानं सोडलेलं पिल्लू इकडंतिकडं ठाबक्याच्या उजेडात धावत होतं. कावरंबावरं होऊन चिवचिव करत होतं.

“हिकडनं जावा आता. घरातनं नगं. पाय घाण झाल्यात तुमचं.” आक्कूमावशी

गराड्यापर्यंत आली नि म्हणाली. 'बरं' म्हणून आम्ही पल्ल्याच्या रस्त्याला लागलो.

जरा लांब गेल्यावर मी शिवाजवळ निवदाच्या पाण्याचा तांब्या दिला आणि खड्डा पाडायला घेटलेलं खुरपं विसरलं म्हणून परत ताईबाईकडं गेलो. आक्कूमावशी तिथंच होती. ती एकदम दचकली. "का रं आलास मागं? घाबरले न्हवं का मी?"

"खुरपं इसरलं न्हवं. तू का अजून हितं?"

"इरागतीला बसले हुते. तवर तू गापदिशी आलास."

ताईबाईच्या पाठीमागं पडलेलं काळोखातलं खुरपं मी घेटलं. ताईबाईकडं निरखून पारखून बघिटलं. येशेल तेलाचं ठावकं आक्कूमावशीनं विझवून ठेवलं होतं. जुणेराच्या ओट्यात पोळ्या नि अंडं होतं. भातात माती पडली होती; म्हणून तो तिथंच जमिनीवर पडला होता. मी परत फिरलो.

लांब जाऊन डोळे फाडून परत बघिटलं. पूर्वीच्या ठावक्याच्या मिणमिणत्या उजेडात आक्कूमावशी कोंबडीचं पिल्लू धरण्याची धडपड करत होती.

■

गडी

आमच्यात एक गडी येणार होता. आम्हा पोरांना त्याची फार उत्सुकता लागली होती. त्याचा चेहरा पाहावा असं वाटत होतं. त्याच्याबरोबर काम करता करता गोष्टी ऐकायला आमचे कान उतावळे झाले होते.

सकाळच्या मोटा सोडून सगळ्यांनी जेवणं आटोपली होती. बैलं बाभळीखाली उसातला उपटून आणलेला वरणा खात होती. भुकेच्या पोटी आडवा–तिडवा घास करीत होती. दादा उघडे होऊन बाजल्यावर जेवणानंतरच्या गुंगीत पडले होते. आम्ही सगळी पोरं धावंवर इस्वाट्यासाठी गेलो होतो. चिल्ली–पिल्ली आंब्याखुडी खेळत होती. मी धावंवरच पाटातल्या पाण्यानं अंघोळ करत होतो. अंघोळ करून धावंला पाणी घालायचं होतं. सगळीजणं आपापल्या नादात रंगून गेली होती. उनाचं रण घुमत होतं. जे ते सावली हुडकत होतं.

बाजाराला गेलेली आई परत येताना शिवानं वाटेवर पाहिली. ती लौकरच मळ्याकडं येत होती. दोनतीन पाट्या असलेली वांगी बहुधा तिनं खंडूनच घाटली असावीत. त्याबिगर एवढ्या बिगी ती परतणार नाही. नाहीतर दुसऱ्या कुणाजवळ तरी वांगी ठेवून ती कोथिंबीर न्यायला पुन्हा चटक्यासरशी परत आली असावी. कोथिंबिरीचं एकच ओझं सकाळी तिनं नेलं होतं. तिला आज तेजी आली असंल. पुन्हा थोडी कोथिंबीर न्यावी अशा हिशेबानं ती मळ्याकडं असल्या उनाचं येत असावी.

शिवानं खोपीकडं धूम ठोकली. बारक्या पोरांनी काचा उधळल्या आणि तीही खोपीकडं पळत गेली. मीही डोक्यावरनं एक गरगरीत बारडी ओतून घेऊन अंघोळ

आटोपती घेटली. धावंवरची शिवळ उचलून बाजूला टाकली. नाडासोंदर एका कडेवर भिरकावला. चड्डी घालून भिजका लंगोट पाटातल्या धोंड्यावर दोन–तीनदा आपटून पिळला अन् बांधावर उनात टाकला. गाळ–वाळू कुठल्याही गोष्टीचा विचार न करता बारड्या भरून अगोदर धावंच्या शेंड्यावर ओतल्या. बैलांच्या पुढच्या पायांनी पडलेलं डबरं थांब्यावर साठलेल्या मातीनं भरलं. आवल–चावल धावंला पाणी घाटलं. बारडी तिथंच टाकून पाय कसंतरी धुतलं नि खोपीकडं मीही धूम ठोकली. ही सगळी धडपड आईनं बाजारातनं आणलेल्या खादीपायी!

आई खोपीनजीक चुलाणापाशी दिसली. तिच्या मागोमाग एक म्हातारा तुरुतुरु चालत होता. माझं त्याच्याकडं ध्यान गेलं. ...आमच्या इथं येणारा बहुतेक गडी असावा.

तपकिरी रंगाच्या पटक्याच्या चिंध्या त्यानं डोक्याला गुंडाळल्या होत्या. वावाहूनही त्या चिंध्याची लांबी कमीच असावी. नुसतं दोनतीन तिडंच डोक्याभोवती पडलेलं दिसत होतं. हजामत नवतरच केलेली होती. निकोप झालेलं डोकं चिंध्यातनं डोकावत होतं. अंगात पांढरा जुनापुराणा कोट अडकवून बसवलेला होता. तो पांढरा आहे असं जवळ आल्यावर कळलं! शिवण सुटलेल्या एका बाहेरच्या खिशात कसलंतरी गठळं होतं. दुसऱ्या खिशाचा तळ पान–काताच्या जवळकीमुळं रंगलेला होता. मळकट मांजरपाट फडक्याची लंगोटी मागल्या बाजूनं लोंबत होती. तोंडात औषधाला म्हणंन तर दात नव्हता. त्यामुळं तोंड बेडकागत वर–खाल वर–खाल होत होतं. त्यानं माझ्याकडं किलकिल्या डोळ्यानं पाहिलं नि खाकरून एक बेडका तोंडाच्या टरबुजातनं जिभेच्या हासड्यासरशी बाहेर टाकला.

"आजा कोण गं ह्यो, आई?" मी विचारलं. ती दाराच्या तोंडाला माळव्याच्या मोकळ्या डाला उतरून फडक्याच्या गाठी सोडत होती.

"म्हादूमा ह्येचं नाव. गडी आणलाय मालकाच्या हाताबुडी."

"कुठं गावला ह्यो तुला? कागलातला दिसत न्हाई." दादा बाजल्यावर उठून बसत म्हणाले.

"मी हितला न्हवं. म्हाकव्याचा हाय." खाकरून नरडं साफ करत म्हादूमा म्हणाला. दाराजवळच्या वळचणीला तो बसला होता.

"पॉट भरायपायी आलाय कागलात. सात–आठ महिनं काढलं बागलाच्या मळ्यात. तिथनं निघाला आणि हितं आला. बाजारात आज माझा मामा गाठ पडला हुता. त्येनं देतो म्हणून सांगिटला हुता त्यो ह्योच गडी. गरीब हाय. पोटावारी ऱ्हातो म्हणाला; म्हणून घेऊन आले." आईनं पोरांस्नी खायला आणलेलं वाटत त्याची

थोडक्यात माहिती सांगिटली.

"बागलाच्या हितनं का निघालास गा?" दादांनी खोड ओळखून घेण्यासाठी, पण सहजावारी प्रश्न विचारला. "कड का घाटली न्हाईस तितं? का आलाईस पळून?" हासत हासत दादा बोलले.

जवळ पडलेल्या खराट्यातली तुरकाटी उपसून त्यानं हातात घेटली, तिच्या नारा काढत, विचार करत तो सवंनं सगळं काही सांगू लागला. पोरं तोंडं हलवत त्याच्याकडं टक लावून ऐकू लागली.

"हे बघ बाबा, तू माझ्या पोरावाणी. तुला मी कशाला खोटं सांगू? तिथलं काम मला पसंत न्हाई; म्हणून आलोय तुझ्याकडं घोंगडं झाडत. दुपार हाय आता. भरतीचा वकूत हाय, लक्ष्मी आल्यावाणी तुझ्या मळ्याकडं मी चालत आलोय. उगंच ह्या बाईचा सोभाव मला गोड वाटला. पोटाला चांगलं बघंल असं वाटलं म्हणून मी हिच्या मागनं आलोय."

"ते खरं हाय. पर काम हुईल न्हवं?"

"मी तुझ्यात हुईल ते काम करीन. व्हय; आदूगरच सोडवून ठेवलं म्हंजे बरं. मला काय तरण्या गड्यागत पडंल ते काम हुयाचं न्हाई. माझा खाणाबी तरण्या गड्यागत न्हाई. दोन वक्ताला कण्या-ताक परोळभरून दिलास की, माझं पॉट भागतंय. व्हय; भाकरी मला चावत न्हाई. सांज-सकाळच्या मातूर दोनदा लागतोय. आणि कवा चार-आठ दिवसातनं पान-सुपारीला लागणारी गिन्नी–चवली दिलीस की झालं. एवढ्यावरच मी जगतोय. फाटक्यातुटक्या धडुत्यावर कसंबी वरीस काढतोय. वरसाकाठी तुझ्या काय विच्छेला वाटलं तर चार दमडं दे. न्हाईतर मला ना गण ना गॉत; माझा मी जिवाला एकटा हाय."

म्हादूमाचं बोलणं संपलं. दादांनी होकार दिला. ...दादांना असल्या म्हाताऱ्या–कोताऱ्या गड्यांचीच गरज असते. असले गडी दादांच्या फायद्यात पडायचे. एक तर म्हातारं माणूस; मग चोरा–चिलटांचं भय नाही. रातभर खोकत खोकत मळ्याची राखण होते. कुठं जत्रं–खेत्रंला जायची कटकट नाही. तमाशा नाही. रातचं दूरचं भटकणं नाही. उपाटा मारून जाईल याचीही धास्ती नाही, खोटेपणा नाही. बैलांचं शेणघाण पहाटे लौकर होतं आणि दुसरी गोष्ट म्हणजे पगार नाही. कपड्यालत्त्याची रखरख नाही.

तरणे गडी ठेवण्याची कुवतही आमच्यात नाही. वर्षाला साडेतीनशे रुपये.

घोंगडं–पायताण. धोतर–कुडत्याचा जोड! पानसुपारीचा खर्च. त्यामुळं ते महाग पडायचे. मळा थोडकाच. मग असल्या तरण्या गड्याला काम कुठलं द्यायचं? शिवाय त्यालाच राखत बसायची पाळी यायची! माघारी रातचं–इरंचं गंजीचा कडबा, गवत जाण्याची भीती. चार-आठ आण्यासाठी दीड-दोन रुपयांची वैरण हे गडी घालतात. गावातल्या 'कुळांस्नी' चोरून भेंडी–बावचीचं माळवं देतात. रातभर कुठंतरी भटकून मग चाण्णी उगवायला मळ्यात येतात. तवर मळा लुटून नेला तरी चालतो. म्हणून दादा तरण्या गड्यांची जोखीम पत्करायचे नाहीत.

पाच–सहा दिवस गेले. दादांनी गडी म्हातारा आहे, म्हणून त्याला अंथरायला एक जुनी वाकळ नि पांघरायला एक धडसं घोंगडं दिलं. आपला जुना झालेला पटका त्याला दिला. पाण्याकडं जाण्यासाठी एक जुना, पण धडसासा कोट दिला. म्हातारं माणूस आहे, अंगाला उसाची कुसळं लागतील, पाल्यानं कापेल; हा दादांचा हिशेब होता. पुढच्याच बाजारी आईनं गड्यासाठी एक परोळ आणि एक पाण्याचा मोगा घेटला. चहा करण्यासाठी आणि पिण्यासाठी भांडं–ताटली दिली. चहा–साखऱ्या ठेवायला बारकी बारकी दोन लोटकी दिली. रोज पहाटे उठून आईला कण्या भरडाव्या लागायच्या. त्याच्यासाठी वेगळ्या अशा रबरबीत शिजवाव्या लागायच्या. प्रत्येक गुरुवारी नि सोमवारी दोन आण्याची पानं, त्याच्या सोबतीला कात, सुपारी जेवणाच्या पाटीतनं आणावी लागायची. नाहीतर कधी विसरली–बिसरली तर म्हादूमा दुपारी आणायला गावात जायचा ते संध्याकाळी चार–साडेचार वाजताच मळ्यात यायचा. तोवर कामं तिथल्या तिथं. मोटेचं पाणी मग कुणाला तरी बघावं लागायचं.

सात–आठ दिवस गेल्यावर एकदा म्हादूमा बाळ्या बैलाच्या दावणीतली चिपाडं काढत होता. बैल जरा बुजवत होता. तेव्हा म्हादूमा सगळ्या जनावरांच्या पुढ्यातली चिपाडं काढून झाल्यावर त्याच्या पुढ्यातली चिपाडं हळूहळू काढत होता. एका बाजूनं बेतानं चार-चार चिपाडं घेत होता. म्हादूमा चिपाडं घेऊन उठतानं बैलानं धाडदिशी झेप घेटली आणि शिंगं हलविलं. म्हादूमानं एकदम चिपाडं खाली टाकली आणि खच्चून बोंब हाणली. वडील खोपीत बाजल्यावर झोपेच्या गुंगीत पडले होते. ते हडबडून उठले आणि कुडाकडलं फावडं घेऊन धावले. खोपीतनं बाहेर येताना त्यांच्या डोक्याला खोपीचं आडसार खच्चून बडवलं. थू थू करत ते बाहेर आले आणि म्हादूमाला विचारलं, "वरडाय काय झालं गा म्हादूमा?"

"काय न्हाई, बैलानं भुजीवलं हो."

म्हादूमा थरथरत बाजूला बसून सरकत सरकत म्हणाला.

"मारलं काय गा?" दादा डोकं चोळत म्हणाले.

"न्हाई."

"मग उगंच का बोंब मारलीस?"

"बैल मारंल म्हणून मारली."

"थू तुझ्या आयला! म्हातारा कुणीकडनं झालाईस?" घेटलेलं फावडं कुडाकडंला टाकत दादा म्हणाले.

तेव्हापासून बाळ्या बैलाची चिपाडं काढणं म्हादूमानं सोडून दिलं. दादांनी, 'बैलाची सवय करून घे' म्हणून खूप मिणत्या केल्या. पण काय उपयोग झाला नाही.

"न्हाई बाबा मी. माझ्या जिवाला मी एकटाच हाय. बैलानं कुठं अवघड जाग्याला शिंग मारलं तर कॉकदिशी कोंबड्यागत मरीन. तुमची तुम्ही ती चिपाडं काढत चला." मग ते काम दादाच करू लागले.

म्हादूमा म्हातारा माणूस, पण सकाळीही तो लवकर कामाला लागायचा नाही. मोटंचा वकूत कधीकधी टळून जायचा. तरीही याचं आटपायचं नाही. पहाटे उठून दादांनी मोटंच्या जनावरांना वैरण घालायला सांगिटली की, हा उठून एकदम चहाला भांडं चुलीवर चढवायचा.

"म्हादूमा, आदूगर बैलांस्नी वैरण टाक की, जनावरं मोटंला जायाची हाईत."

"आता थंडीत कुठं जाऊ? वाईच च्या करून पितो. पोटात धग घालतो नि मग थंडीत जातो. माझ्या जिवाला मी एकटाच हाय. कोण जपणार हाय मला?" मग दादाच उठून पहाटेची वैरण टाकायचे.

हा चुलीवर चहाचं पाणी ठेवून जळणाला कडब्याची थाटं आणायला मात्र बाहेर जायचा. हळूहळू चहा, गूळ घालून जाळ लावायचा. जाळ लावून शेणं भराभर भरून घ्यावीत; तोवर चहा शिजेल, असा एक दिवसही त्याच्या डोक्यात विचार आला नाही. चुलीपाशीच इकडचं तिकडं, तिकडचं इकडं पुन्हा इकडचं तिकडं करत बसायचा. चहाची झाकणी बेतानं धुवायचा. दुधाच्या चेंबल्यात साप असल्यागत त्याच्या तोंडाचं फडकं सोडायचा. चहात मीठ टाकायची त्याला खोड होती. पण तेसुद्धा मसाला वाटल्यागत वाटून टाकायचा. चहाची पावडर टाकण्यापासून ते तो पिण्यापर्यंत इतक्या शिस्तीनं व्हायचं की, जणू काय वाऱ्यानं नाहीशी होणारी वस्तू तो हळूहळू उलगडत आहे असं वाटायचं.

"म्हादूमा, आटप की!" दादा घाई लावायचे.

"झालं; झालंऽ" म्हादूमा जरा आवाज करून म्हणायचा. घटकाभर वेळ जायचा. पण म्हादूमाच्या हातातला अजगर काही भराभर हलायचा नाही. मग दादा पुन्हा म्हणायचे : "आटपलं न्हाई अजून? कवाधरनं च्या करतोस गा?"

"माझं मी हुईल तवा करतो. तुमचं तुम्ही लागा बगू मोट धरायच्या नादाला." मग एक एक दिवस दादा आपणच शेणं भरायचे आणि मोटेला बैल घेऊन जायचे. म्हादूमा चहा पीत खोपीतच बसलेला असायचा.

कधी कधी शेणं भरायच्या आधीच दादा गोठ्यातनं बैलं सोडायचे आणि मोटंला जायचे. मोट जुंपली, ती पाण्यात भिजवली, पाटाचं दार फोडलं, पाटानं पाणी जरी उसात गेलं तरी म्हादूमा खोपीच्या बाहेरही दिसायचा नाही. आतच चहाचं भांडं घासत, ते उपडं करून ठेवत, चुलीतली राख विझवून ती उकिरड्यावर टाकत बसायचा. एवढ्या कामात तास-दीड तास जात असे आणि हे पारघोळं संपलं की, कमरेचा बटवा बाहेर पडायचा. अडचणीच्या जाग्याला एखादं सापाचं किरडूक असलं म्हणजे माणूस जसं त्याच्या आसपासचं आसकट सावकाश सावकाश कसलाही आवाज न करता काढतं, तसा म्हादूमा त्या बटव्यातून चुन्याची डबी, सुपारीचं खांड, काताचा खडा, अडकित्ता बाहेर काढून ठेवायचा आणि एक-एक घेऊन निरखत-पारखत तासाभरानं पान तयार करायचा, हा पानाचा विडाही झटकन् तोंडात घालून तो उठत नसे; तर त्याचा अडकित्त्याने कूट करत असे. दुभत्या जनावराची धार काढून होईल इतका वेळ तो या पान खाण्याला देत असे.

आणि इतका घोळ झाला, म्हणजे मग वळचणीची शेणाची बुट्टी घेऊन तो गोठ्याकडं जाऊ लागे. येदूळला उसात पाणी जाऊन बराच वेळ झालेला असे. दादांची हाळी यायची; "म्हाताऱ्या, फुरं कर आता काम. उसातनं बांधाला पाणी चाललंय, जा आता."

"काय ह्येच्या भणं, किरकिर ह्या कामांची." असं पुटपुटत शेणाची बुट्टी वाटंतच टाकून तो पाण्याकडं जायचा. कधी अर्धी–निम्मी भरलेली बुट्टी तशीच गोठ्यात पडायची. शेणं तशीच तिथं रडायची.

हातात पाण्याकडंची कुदळ घेऊन उंट चालल्यागत म्हादूमा उसात पाणी पाजायला जाई. पिकाच्या मधनंच घुसून तो उसाकडं जायचा. पाण्याच्या पाटातला तुंब, कातुरा काढत, कुठं अर्धं-मुर्धं फुटलेलं पाणी बांधत कधीच जायचा नाही. सगळं तसंच राहायचं. मग सारा वकूत, मोटंला दम नाही नि उसाला पाणी नाही, असं व्हायचं.

मोट दुपारी सुटली की, दादा विचारत असत, ''म्हादूमा, किती चिरं प्यालं गा?''

''पाच प्याल्यात. सहाव्याची दोन वाकुरी आटानं प्याली.''

''नुसतं पाचच चिरं?'' दादा डोळं फाडून विचारत असत.

''मॉट कुठं भारभार दबीवतासा? उगंच मुतल्यागत पाणी येतंय.'' म्हादूमाचा असा दादावरच आरोप असे.

''पाणी-बिनी कुठं फोडलंस काय गा मधी?'' दादा जास्तच ओरडून विचारायचे.

''पाणी फोडायला का मी ल्हानगा हाय? व्हय बा; एका मोटंचंबी पाणी मला ऐकत न्हाई म्हणायला.'' म्हादूमाचा सूर कधी चढायचा नाही, कधी उतरायचा नाही.

''कल्याण करतोस तू माझं.'' असं म्हणत दादा पाटानं उसात जायचे.

मधे कुठंतर कातूरा अडकून अडकून पाणी तुंबलेलं असायचं. फुटलेलं असायचं. कुठं दारं आंबिलीगत चिखल करून बांधलेली असल्यामुळं पाण्यानं वाहून जायची नि पाजलेल्या चिऱ्यालाच पाणी पुन्हा फुटून गेलेलं असायचं. मग जवळपासचे दोन-तीन चिरे पाण्यानं भरून तडम झालेले दिसायचे. दादांचा राग रसाच्या काईलीगत आतल्या आत उसळायचा. कारण फुकटचा गडी. बोलावं तर निघून जायचं भ्या घालतो. मग दादा आतल्या आत राग गिळून त्याला सामोपचारानं सांगत आणि त्यामुळंच तो घेटलं कानावर फेकलं वाऱ्यावर, असं करायचा.

मोट सुटली की, जेवणं व्हायची. म्हादूमा परोळ घेऊन 'हूं ऽ' म्हणून ताक–कण्या वरपायचा. सगळ्यांच्यापेक्षा हात धुवायला घटकाभर मागंच असायचा. जेवणं झालं की, परळाच्या कण्या बोट आडवं करून चाटून खात बसत होता. तो परळ धुतल्यागत झाला की, बोटांच्या बेचकीत बसलेल्या कण्या चाटूनच मग हातावर पाणी पडायचं आणि त्यावरही ताण करणारं मग पान खाणं व्हायचं! त्याचं हे सगळं आटपेपर्यंत उनाचं रण घुमायचं.

एक दिवस असाच तो जेवून बसला होता. सगळ्या रानातनं उनाच्या झळा तळ्याच्या पाण्यागत हलताना दिसत होत्या. त्या उनात बाहेर पडायचं माझ्या जिवावर आलं होतं. म्हादूमाची आणि माझी गाठ होती. दादांनी जेवण करून बाजलं धरलेलं होतं. पोरं उंडगी ढोरं बांधून आंब्याबुडी खेळायला गेली होती. मला आणि म्हादूमाला बैलांच्यासाठी उसाचा पाला काढायला उसात जायचं होतं. जन्मलेली वेळ आठवली. उकाडा मी म्हणत होता. जे वारं रानात मिळत होतं; ते उसात गेल्यावर आडोशानं बंद होणार होतं. उसाच्या पातीतून पुढं सरताना उसाचा पाला नि पानं आडवीतिडवी हातापायाला कापणार होती. तेवढ्यावरच भागणार नव्हतं.

अंगावर उनानं थबथबलेला घाम त्या जखमांत उतरत होता. ...म्हादूमाच्या पिढीचा उद्धार करत मी त्याच्यासंगं उसात गेलो.

तिथंही म्हाताऱ्याचा घुण्या धमंना. अगोदर खांड–पाटाला पानाला चुना लावून खात अर्धा अधिक तास बसला. मी कासराभर पुढं पाला काढत गेलो होतो. ऊन पुरं होईस्तवर तापत होतं. अंग जखमांनी चरचरत होतं. सकाळपासनं मोट मारून हातापायांच्या खुंट्या मोडायची पाळी आली होती. म्हाताऱ्याला ह्याचं काहीच नव्हतं. अगदी बेतानं, तासानं, एक पान तो कापत होता. मला त्याचा भलता राग आला. "म्हातारड्या, आटीप की लौकर. पाला काढल्यावर मग बाहीर जाऊन फुरं हुईस्तवर पानं खा. हात हालीव भारभार."

"ऑ ऽ ऽ? बसलोय काय हितं?" म्हाताऱ्यानं चढत्या आवाजात उत्तर दिलं.

"बसला न्हाईस तर काय पेंगाय लागलाईस?"

"तुझं तू काम कर."

"आटीप आटीप. एक पेंढी तरी काढलीयास का अजून? का न्याट न्हाई हातात?"

"न्याट असतं तर तुझ्या हितं कशाला राबलो असतो बाबा?"

"मोप; परोळभर कण्या हांबलतोस की वक्ताला."

"ए ऽ बाबा, उगंच तोंड करू नगं. तुझं तू जा बघू. माझं मी येतो कवा हुईल तवा." म्हातारा चिडत चालला होता. मला सूड उगवण्याचा त्याशिवाय दुसरा मार्ग नव्हता. "बैलं मरत्यात तिकडं उपाशी. त्येंच्या फुड्यात का मी आडवा पडू?" मी आणिक तेल ओतलं.

"तुझी वैरण घाल जा; जा. तवर मी येतो."

"आणि दादा तिकडं रागानं मला हिरवा खाईल ते. तुझ्याबरोबर त्यांनी यायला सांगिटलंय मला."

"मग त्येला आता मी काय करू?"

"काय करू नगं. आटीप भारभार. हात–पाय मोडलं तर बघू म्हणं."

म्हातारा आपली पात लावेपर्यंत मी त्याला खूप बोलून घेटलं. पाती लावल्यावर आम्ही खोपीत आलो. म्हादूमानं आपल्या पेंढ्या बैलांच्या पुढ्यात टाकल्या. मीही टाकल्या. दोघंही खोपीत आलो. दादा बाजल्यावर घोरत पडले होते.

झोपलेल्या दादांना म्हादूमा हाक मारत होता. दादांना सगळे चालेल; पण झोपेतून कोणी उठवलेलं खपत नाही. दिसंल ते हातात घेऊन पोरांना मारतात. त्यांचा राग फार वाईट होता. म्हादूमानं खच्चून हाक मारली : 'मालक, अहो

मालक.' दादा तिरसट चेहरा करून बाजल्यावर उठून बसले. म्हादूमानं खुरप्याच्या जाप्त्याला खुरपं टाकलं. "हे घ्या तुमचं खुरपं. ह्यो तुम्ही दिल्याला परोळ-मोगा घ्या. मला तुमची चाकरी फुरं." असं म्हणत तो आपली धडुती आडदणीवरून काढू लागला. मला सगळा रागरंग कळला. माझ्या पोटात रक्त–मासाचं पाणी झालं. काळजात खड्डा पडला. माझी धडगत नव्हती.

"काय झालं गा, म्हादूमा?" काही न कळल्यामुळं दादा बोलू लागले.

"हे बघा, तुमच्यातल्या मेकडाएवढ्या पोरांचंबी मला बोलून घ्यायचं न्हाई. मी का लग्नाच्या बोलीनं तुमचं पैसं-बैसं काढलं न्हाईत. छे देवा! बारकी पोरं हाईत, बोलू नये, म्हणून मी इतकींदी गुमान बसलो. तर ह्येंचं थ्यार लईच. कारं बाबा हो?" म्हादूमा बोलत होता.

माझी पाचावर धारण बसली. आंघोळ करायच्या निमित्तानं मी बाहेर पडलो.

"आंद्या, हिकडं ये." दादांची हाक आली. माझं पेकाट मोडल्यागत झालं.

"काय?" म्हणत मी आत गेलो.

"काय बोललास म्हाताऱ्याला?"

"काय न्हाई. मीच किती एकट्यानं तंगायचं? एक पेंढी कवा माझ्या बरोबरीनं काढत न्हाई. सदा माझ्या मागंच असतोय. तासतासभर पान खाईत पाटाला बसतोय."

मी रडवेलं तोंड करून माझी बाजू मांडण्याचा प्रयत्न केला.

"हे बघा मालक, माझ्या पानावरबी कुणाचा राग नगं आणि माझ्या कामावरबी कुणाचा राग नगं. तुमचा तुम्ही दुसरा गडी बघा." म्हादूमानं काखोटीला पटकूर लावलं.

"का उगंच त्या म्हाताऱ्या माणसाला पिडतंस?" दादांनी उठून माझ्या पाठीत एक कमका घाटला. मला हूक भरली. म्हाताऱ्याला साध्या साध्या शिव्या घालत मी बाहेर गेलो.

"म्हाताऱ्या, पोराचं कशाला मनाला लावून घेतोस? पोरगं वांड हाय म्हणून तुला कितीदा सांगायचं? ठेव ती धडुती आणि भर जा बघू बैलांच्या पाठीमागची शेणं" दादांनी त्याची समजूत काढली. ...गडी फुकटाचा होता.

म्हातारा तग धरून होता. कशीतरी कामं करायचा. ती मी सरळ करत होतो. भांगलणीत तण कधी सरळ काढायचा नाही. गोठा कधी लख्ख लोटायचा नाही. शेणाच्या शिंतड्या तशाच पडायच्या. गंजीची वैरण काढायला जमायचं नाही. आम्हाला काढावी लागायची.

अडीच–तीन महिने झाले. म्हातारा रिगीरिगी काम करत होता. उन्हाळी मिरच्यांची लागण झाली होती. हिरवीगार आळी सरीत राघू बसल्यागत ठेल बसली होती. खांडपाटानं काटं–वाळकं घाटली होती. खांडाच्या नाकाडातनं दोडका घाटला होता. बैलांस्नी तागोरं सोडलं होतं. कुपावर कुठं कुठं शेंडं चढत होतं. बांधाकडंला दोन चिरं माढी भेंडी टाकली होती. तीही फुलत होती. भेंडीचा पैसा करण्याची चटक दादांना लागली होती. सगळ्या माळव्याची भांगलण, खत–पाणी वक्ताच्या वक्ताला होत होतं. सहा दिवसाला पाण्याचा फेर फिरत होता. दादा म्हणत होते : "आवंदा गुळाच्या निम्म्यानं पैसा माळवं देतंय; बघ हं." माळवंही तसंच आलं होतं. रेशमागत तजेला होता. कोवळ्या उनात नागाची पिल्ली तकाकल्यागत व्हायचं. हिरवंगार रान झालं होतं. बघणाऱ्याचा आत्मा थंड होत होता. मळ्याची शोभा वाढली होती.

एक दिवस पहाटे उठून दादा मळ्याकडं गेले होते. कंटाळा करून ते त्या दिवशी घरातच वसतीला राहिले होते. पहाटे मोटंच्या वक्ताला मळ्यात हजर राहणं भाग होतं. म्हणून लौकर उठून पुढं गेले होते. मी सकाळी दिवस घटकाभर वर आल्यावर नेहमीप्रमाणं गेलो.

मळ्यात गेलो. दादा शेणं भरत होते. बराच वेळ झाला तरी शेणं तशीच पडली होती. मी खोपीत गेलो. म्हादूमाची चूल विझली होती. तिच्यावर बारडीतलं बरंचसं पाणी ओतलं होतं. चुलीवर चहाचं डेचकं तसंच एका बाजूला कलंडून पडलं होतं. म्हादूमा खोपीत कुठं दिसेना, वाटलं परसाकडं गेला असेल. पण पाण्याचं लोटकंही वळचणीला तसंच पडलं होतं. आडदाणीकडं बघितलं तर त्याची पटकुरं दिसेनात.

"दादा, म्हादूमा कुठं हाय?"

"गेला पाटंचाच बोंबलत." शेणाची बुट्टी उकिरड्यावर टाकत दादा म्हणाले.

"का?"

"ते बघ की माळवं."

मी माळव्याच्या आवडात जाऊन बघिटलं, सगळ्या जितरापाचा मुडापा झाला होता. सगळ्या पिकांचं शेंडं गेलं होतं. भेंड्याचं तर खुंटच नुसतं जाग्याला होतं. मिरच्यांची झाडं अर्धी–निम्मी खाल्ली होती. पाणी नवतंच फिरल्यामुळं सगळ्या माळव्यातनं तुडवा झाला होता. वेल चेंगरून गेले होते.

"काय झालं गा हे?" मी घाबरून विचारलं.

"बाळा बैल सुटला होता. दिसाचा गोंडा उगवतीला मोहरत हुता तरी गडी खुशाल खोपीत निजला हुता."

"मग?"

"मग काय. वसतीची काठी घेटली नि दोन टिपिरं पेकाट गवसून दिलं. गेला बोंबलत गावाच्या वाटंनं वरतं."

... गडी फुकटचा होता!

■

सखाराम

सखाराम झकासपैकी लुगडं नेसतो. पायांच्या घोट्यापर्यंत त्यांचा चुणीदार घोळ असतो. काळ्या कुरुमच्या पट्ट्यांचं नायकिणी चप्पल पायांत चुटुचुटू वाजत असतं. टाचांचा बराचसा भाग कसल्यातरी गुलाबी रंगानं रंगविलेला असतो. अंगात चोळी नसते. डिझाइनच्या कापडाचा ब्लाऊज असतो. स्तनांच्या जागेवर कसला तरी मऊ फुगीर पदार्थ घातलेला असतो. डोळ्यांत सुरमा. कपाळाला बारीक कुंकू आणि त्याच्या जोडीला भंडाऱ्याची तेवढीच टिकली. गळ्यात मोठ्या मण्यांची बरीच लांब माळ आहे. मणी सोन्याचे आहेत की नाहीत, कळत नाही. पण सदोदित चमकत असतात. माळ उठून दिसते. डोक्याचे केस बायकांसारखेच राखलेले आहेत. पण कानांपाशी ते इतकी विचित्र मुरड घेतात की, मी मी म्हणणाऱ्या कलावंतिणीला तसं जमणार नाही!

चालही या सर्व पोशाखाला साजेशीच. हात बायकागत किंचित तिरके हलतात. पाय जवळजवळ पडतात. चालताना बायकागतच मान हलवून तो पदर सावरत असतो. पदराला त्याचा सारखा हात असतो. अधूनमधून खांद्यावरून मान मुरडून पाठीमागची आपली बाजू निरखून घेतो. रस्त्यात अगर दारात कोणी माणूस उभं असलं तर तिरपा डोळा करून अगोदर पाहतो आणि लाजल्यागत करून लांबून जातो. ही त्याची तऱ्हा बघूनच गावातला इरसाल माणूस त्याला, "काय सख्या, मग हाय का न्हाई?" म्हणून विचारतो.

"काय रं भाड्या, उगंच कशाला बलीवतोस? लई ग्वाड वाटतंय व्हय मला बलीवताना?" हे त्याचं ठरलेलं उत्तर. माणूस हासत हासत डोळा घालत निघून जातो.

एखादं चावट कूळ मुद्दाम सख्याच्या आडवं जाऊन त्याच्या हाताला धरतं. सखाराम मग काहीतरी दुखल्यासारखं, "आगं आई ग." करतो आणि उगीचच हातातला हात काढून घेत, "सोड सोड भाड्या, कोण तर बघंल की! मला ऱ्हाऊ देतील का मग ह्या गावात? लांब होऊन बोल माझ्यासंगं." असं बोलणं सुरू होतं.

"आरं, बघू द्यात. मग येऊ का आज घराकडं?" चावट प्रश्न.

"आज नगं बाबा, उद्या ये. दुसरीकडं बोलावणं हाय." असं उगीचच नायकिणीवाणी आळंपिळं घेतो. तो माणूस आपल्याकडं खरंच येईल असं त्याला मनापासून वाटत असतं. ...कुणीही त्याला असं विचारलं तर तो सहसा नकार असा कधी देत नाही.

रात्री आम्ही सुरपाट्यानं खेळत होतो. चांदणं फेक पांढरं पडलं होतं. तिकटीवर खेळ मांडलेला होता. बघी पोरं सणगराच्या कठड्यावर बापूच्या गराड्यावर तट करून बसली होती. डाव रंगात आला होता. हालचाली जोरात चालू होत्या. अशावेळी सखाराम सिनेमाचा पहिला खेळ बघून घरी जात होता. खेळाच्या मधूनच तो जाऊ लागला. कुणीतरी ओरडलं, "सख्या बाजूनं जा की तुझ्या आयला."

"भाड्यांनो, तुम्हीच खेळा जावा की, तिकडं लांब रानात जाऊन. वाटंनं बाया–माणसं जाईत येत असत्यात, अडचण हुईत न्हाई का त्यांस्नी?" उभा राहत तो बोलत होता.

"सख्या, बाजूला हो, की" नानाने त्याचे स्तन (!) दाबले.

"आई, मेलो मेलो" करत सखाराम विव्हळू लागला. "भाड्या, जीव गेला की रं माझा." असं म्हणून त्यानं त्याच्या तोंडापर्यंत हात नेला.

काळ्याचा शिवाजी हासत म्हणाला :

"सख्या, येऊ काय रं रंगमहालाला!"

"ए ऽ ऽ माझ्या सुडक्या, काय बोलतोस हे माणसात?"

"आरं, खरंच!"

"मग चल तर; चल बघू आताच," असं म्हणून त्यानं त्याचा हात धरला. शिवाजी चांगला झणझणीत गडी; पण सखारामनं त्याला घरच्या दिशेनं कासराभर ओढत नेलं. त्याच्या हाताला हिसका देऊन पुन्हा शिवाजी खेळात सामील झाला. सखाराम शिवाजीला (बायकी) शिव्या घालत अंधारात नाहीसा झाला.

त्याचं बसणं उठणं नेहमी बायकांतच असतं. सकाळच्या प्रहरात इतर बायकांप्रमाणं जुणेर लावून तो दारातून खराटा फिरवतो. 'जेवण झालं का रूक्का–व्हंजी?' असं म्हणत शेजारच्या घरात घुसतो. काहीतरी मीठ-चटणी उसनी मागतो. हळूहळू त्याची आणि रूक्का–व्हंजीची बोलणी चालतात. भेंडी बावचीपासून तो नव्या–जुन्या चोळी–लुगड्यापर्यंत बोलणी रंगतात. कौतुक करताना तो डाव्या हाताच्या पंजात उजव्या हाताचं कोपर टेकून तोंडात बोट घालतो. आणि ''आता काय करावं ह्या व्हैकाला ऽ तरी'' असं बायकासारखं म्हणतो. काळजी व्यक्त करताना एक मांडी घालून उजव्या हाताचा पंजा कपाळावर आडवा लावताना कोणीतरी बाईच आहे; अशी खात्री होते.

जेवणं झाली की, काखेत एक आणि डोक्यावरच्या चुंबळीवर किंवा दुसऱ्या हातात एक घागर घेऊन तो गैबीच्या हौदाला पाणी आणायला जातो. गैबीचा हौद बाजारपेठेच्या शेंड्याला आहे. सगळी बाजारपेठ ओलांडून तिकडं जावं लागतं. खूप गर्दी असते त्या हौदावर. सगळे दुकानदार, व्यापारी आसपासची माणसं तिथनंच पाणी नेतात. तास-दीड तास गेल्यावर पाण्याची पाळी येते. सखारामला ते परवडतं. तोपर्यंत तो लुगड्याच्या निऱ्या व्यवस्थित करत, पदर पुन्हा पुन्हा घेत, छातीकडं पाहत उभा राहतो. कधी डोक्यावरची आणि काखंतली घागर उतरून मातीनं घासत बसतो.

घागरी भरून सर्व बाजारपेठ ओलांडून तो परत येतो. चार माणसांतनं काखंतनं आणि डोक्यावरनं घागरी नेण्यात त्याला सुख वाटतं. शेजारच्या पोरी, कदाचित बिनकामाची शेजारीण त्याच्याबरोबर दोन घागरी घेऊन आलेली असते. तिच्यासंगं बारीक आवाजात बोलत, जोडव्या-मासोळ्यांच्या नादात सखारामची पाण्याची खेप पुरी होते.

बाजारदिवशी तर पुणेरी चोळी अंगात घालून तो पाण्याला येतो. चोळीच्या दंडात चार–दोन आणे खोवलेले असतात. भरल्या घागरी घेऊन तो दुकानासमोर भर गर्दीत उभा राहतो. डोक्यावरच्या घागरीचा हात सोडून दंडातले पैसे काढतो आणि चहा–गूळ विकत घेतो. चहा–गूळ द्यायला दुकानदारानं वेळ लावला की, त्याला संधी मिळते. ''दे बाबा, मान अवघडून गेली माझी. घरातली माणसं वकूत झाला म्हंजे घरात घ्यायची न्हाईत मला.'' (सखारामला फक्त आई आणि वडील आहेत. तेही म्हातारे. त्यात पुन्हा आईला फारसं दिसत नाही आणि वडिलांना दमा.)

परगावचा एखादा चावट माणूस सखारामचं रूप बघून आणि बोलणं ऐकून दुकानदाराला म्हणतो : "दे की गा दुकानवाल्या लौकर. बाईची मान अवघडली असंल. पोरा-बाळाची दिसतीया."

सखाराम हुरळून जातो. "बघा की! तुम्ही परगावचं असून तुम्हांस्नी कळकळ आली माझी. पर ही गावची माणसं लई कुदांडी हाईत बघा. लौकर माल देतच न्हाईत." लटक्या रागात तो म्हणतो. माणूसही, "छे! छे! तसं करत जाऊ नका हो." असं म्हणून सहानुभूती दाखवतो. ओठातलं हसू पोटात कोंबण्याचा प्रयत्न करतो आणि सखाराम निघून गेला की, त्या हासण्याला वाट करून देतो!

पाण्याची खेप आणून झाली की बाजारहाट. बाजारात जाताना त्याच्या डोक्यावर एक थाबड आणि त्यात एक धडपा असतो. डोईवर चोळीच्या अगर लुगड्याच्या फडक्याची चुंबळ असते. शेजारणीचं मूल काखेत हमखास असतं. शेजारणीही त्याला तसं करू देतात. कारण परत येताना मुलाच्या हातात बिस्कुटं, चिरमुऱ्याचं लाडू, कागदात गुंडाळलेली भजी यापैकी काहीतरी असतं. मूल गेल्यावर त्यांना घरकामंही निवांतपणे करता येतात.

बाजारात भाजी घेताना सखाराम बसून घेतो. इथल्या बाजारात भाजी कधी जोखून मिळत नाही. चार-आठ पैशांचं ढीग लावून ती विकली जाते. सखाराम त्यातील एखादा ढीग पसंत करतो. "आणि जरा लाव बाई, ह्या ढिगावर." असं म्हणत, भाजीवालीबरोबर काहीतरी बोलत ढीग थाबड्यात भरतो. छातीपाशी चोळीत खोवलेलं पाकीट काढून पैसे देतो. परत आलेले पैसे त्यात घालून पुन्हा ते पाकीट चोळीत ठेवतो.

"ए ऽ ऽ बाबा, तुझ्या वझ्यानं माझी कंबर मोडली." असं म्हणत खाली ठेवलेल्या मुलाला काखंत मारतो.

गावात सिनेमाचं एक थिएटर आहे. सखारामची फेरी तिकडे चार-सहा दिवसाला असते. रात्री खेड्यातल्या पद्धतीनं तो तोंडाला पावडर लावतो. पिठागत पांढरंशुभ्र तोंड करतो. त्यावेळी त्याचा काळा रंग विशेष लक्षात भरतो! पान खातो. ओठाला वाजवीपेक्षा जास्त लालकांडी लावतो. हातात चित्रांचा रुमाल. रुमालात एका टोकाला पैशांची गाठ आणि उरलेल्या भागात पानांचे दोन-तीन विडे.

थिएटरवर आला की, गावातल्या उडाणटप्पूंची गर्दी त्याच्या भोवती जमते. अचकट–विचकट विनोद करतात. बोलणी होतात. सखाराम वरवर जरी शिव्या देत असला तरी त्याला हे आतून बरं वाटतं. एखादा मागणी करतो, "काय सख्या, तिकीट काढणार हाय? दोन-अडीच तास अंधारात बसाय गावतंय बघ." सखाराम होकार देतो. पण त्याच्याबरोबर अंधारात आसपास माणसं असताना बसायला कोणीच तयार होत नाही. पण तेवढ्यातूनही कोणी सिनेमाला सोकावलेला तयार होतो. सखारामबरोबर अंधारात खुर्चीला खुर्ची लावून बसतो. सगळे लोक मग त्याच्याकडं बघतात. टिंगल करतात. खडे मारतात. ...सखारामाला त्यात सुख वाटतं.

थिएटरात बायकांच्या विभागात विशेष गर्दी नसते. कधीकधी सखाराम बायकांच्या विभागात जाऊन बसतो. सगळ्या गावाला तो माहीत असल्यानं त्याला कोणी मनाई करीत नाही. उलट गावातल्या बायका त्याचं कौतुकच करतात. तसा सखाराम बायकांना प्रिय आहे.

'चंद्रलेखा' बोलपट लागलेला होता. खेड्यापाड्यांतली माणसं गाड्या घेऊन बघायला येत होती. बायका–पोरं, म्हातारं–कोतारं गाड्यांतून उतरताना दिसत होतं. बायकांचा विभाग गच्चोगच्च भरला होता. पुरुषांना तिकीट मिळत नव्हतं. खिडकीपाशी भांडणं होत होती. सदरे फाटत होते. पायताणं तुटत होती. टोप्या खाली पडत होत्या. कधी नाही एवढी गर्दी झाली होती.

सखारामनं बायकांचं तिकीट काढलं. गल्लीच्या बायकाही त्याच्याबरोबर होत्या. तो ताफाच्या ताफा आत घुसला. सखाराम आता मिरवत होता. सिनेमा सुरू झाला.

मध्यांतर झालं. उजेड पडला आणि बायकांच्या विभागातून गोमगाला ऐकू आला. "ह्येला पटकीचा फोड उठला ह्येला. भाड्या लुगडं नेसून बायकात घुसलाय. लाज नाही वाटत काय भाड्या तुला? पायात तुटकी चपली हाय. मरुंस्तर बडवीन. तुझं मढं बसिवलं तुझं; अंगाला येऊन चिकटतोस व्हय? तुला उचलून न्हेला." शेलक्या शेलक्या शिव्या एक बाई देत होती. सखाराम तिच्यापुढं मुक्यागत उभा होता. बाई परगावची होती. म्हणून हा भडिमार चालला होता.

"बाई, मी बापय न्हाई, काय म्हणून मला तसं म्हणतीस?" एवढंच कसंबसं तो म्हणत होता. लोक सगळे त्याच्याकडे बघून हसत होते. सखारामच्या गल्लीतल्या बायकांनाही काही बोलता येईना.

त्या बाईचं तोंड ऐकून तिचा नवरा तिकडे आला; "त्या साल्याला बाहीर काढा, थेटरवाले" असं म्हणत तो स्त्रियांच्या दारापाशी आला. भांडण मिटविण्याच्या इच्छेनं डोअर-कीपरनं सारी हकिकत सांगून टाकली. त्या माणसाला परतवून लावलं. सखारामला लागलीच बाहेर काढण्यात आलं. तो शिव्या देत, काहीतरी बडबडत घराकडे निघून गेला.

तेव्हापासून तो सिनेमाकडे फारसा फिरकत नव्हता. आलाच तर खुर्चीचं तिकीट काढून तो शिकल्या सवरलेल्या लोकांत जाऊन बसे. तिथं बाईबापय एकत्र बसलेले असत.

थोड्याच दिवसांत सखाराम निपाणीला एका चांभाराच्या पोराचा हात धरून(?) गेला. तो पोरगा निपाणीचाच होता. कागलच्या गैबीच्या उरसाला तो निपाणीहून आला होता. लफंग्या होता. चार जुगाराचे डाव चोरून खेळून पैसा जिंकावा अशा हिशेबानं कैक माणसं इथं उरसाला येतात. कुठंतरी जुगार खेळतात. रातभर मजा मारतात. दोनतीन दिवसांनी निघून जातात. पण त्यावेळी जुगारांवर पोलिसांनी छापा घातला. चारीकडं चार पळाले होते. पैसे पोलिसांना गावले होते. त्यांचं काम झालं होतं. चांभाराचा तो पोरगा सखारामच्या घरात एक दिवस दडून बसला. सखारामचं त्याचं सूत जमलं. तो त्याच्या मागून निपाणीला गेला.

सखारामानं तिथं यल्लामाचा 'जग' हाती घेतला. दिवसभर जोंधळ्या-तांदळानं तो भरायचा. संध्याकाळी त्याचा 'टग्या' ते विकून यायचा. पैसे भरपूर मिळायचे. त्याची चैन चालायची. घरबसल्या त्या सोद्याला जुगारासाठी पैसा मिळत होता. त्याचीही गरज निघायची. ...नवराबायकोगत त्यांचं चाललं होतं.

कागलातून जाऊन सखारामला वर्ष झालं होतं. त्याचे आईबाप इकडं काय खाऊन जगत होते कुणास ठाऊक, सखारामच्या गाव-आठवणी फिकट होत चालल्या होत्या.

उन्हाळ्याचे दिवस होते. ऊन सळसळत होतं. दुपार फट पांढरी होऊन पडली होती. एखादंच माणूस गल्लीतून जाताना दिसत होतं. मी घरात वाचत उघडा पडलो होतो.

बाहेर एका चार-पाच महिन्यांच्या मुलाचा टाळा ऐकू आला. सहज मी बाहेर

आलो. सखाराम येत होता. पोटभर आडवं मूल होतं. त्याला सुंदरशी हिरव्या चोळीची, तांबड्या गोंड्यांची, रेशमी घोणची घातली होती. लालभडक पाय तिच्यातून हलताना दिसत होते. सखारामनं त्याला अगदी उराशी धरलं होतं. त्याच्याबरोबरच लोखंडी दांड्याची छत्री वर धरली होती. डोळ्यांत भरगच्च स्पष्ट दिसेल असं काजळ होतं. पायांत उंच टाचांचे चप्पल. सखाराम बाळाचं अंग आणि आपणाला सावरत पावलं टाकत होता. उराशी मूल रडताना, "न्हाई, गप गं माझे आई तू." असं लाडानं, मायेनं, तोंडाचा चंबू करत म्हणत होता. मधूनच छत्री सावरत होता. कोणी बघावं म्हणून दारादारातून त्याची नजर फिरून येत होती.

मला बघताच त्याला सुख वाटलं. ...तो मुलाशी जास्तच लगट करू लागला. अवघडल्यासारखं करून त्याला वर घेऊ लागला. माझ्याकडं बघून लाजला.

आश्चर्यानं नि गमतीनं मी विचारलं : "काय रे, मूल कुणाचं?"

"कुणाचं दिसतंय तुम्हांस्नी? माझ्यासारखाच तोंडवळा हाय म्हणत्यात." सखाराम मुलाकडं वत्सलतेनं बघत म्हणाला.

"गरवार रं कसा झालास तू?" मी त्याला सरळ उघडा–वाघडा प्रश्न केला.

"यो ऽ बया! माझं नाव जरी सख्या असलं तरी का मी बापय हाय?"

"मग तुला तसं का म्हणतात?"

"माझं नाव सखी हुतं. पर माझ्या आई–बा ऽ च्या सपनात यल्लूबाई आली. आणि तिनं 'पोरीचं नाव बापयाचं ठेव आणि माझ्या नावानं तिला सोड" म्हणून सांगिटलं. तवापासनं माझं नाव सखाराम पडलंय."

सखारामनं पद्धतशीर थाप मारली होती. अगदी लहानपणापासून (गटारीकडंला सकाळी बसत होता तेव्हापासून) मी त्याला आत–बाहेर पाहत होतो. मी त्याला खवचटपणानं म्हटलं : "भडव्या, लहानपणी नागव्यानंच आमच्याबरोबर खेळत होतास ते विसरलास होय?" सखारामनं जीभ चावली. जरा डोळं मोठं केलं. मग खालच्या आवाजात म्हणाला : "गपा गपा. तसं बोलू नका. पाठीमागनं 'मालक' यायला लागल्यात." असं म्हणून पुढं निसटला.

मागून हातांत दोन पिशव्या घेतलेला तो चांभाराचा पोरगा येत होता. पूर्वीपेक्षा तो नटला होता. नरगीस–राजकपूरच्या चित्रांचा बुशकोट, गळ्यात

हिरवागार रुमाल, डोक्यावर भाराभर केस, डोळ्यांत सुरमा, निळीभोर पँट, पिवळा प्लॅस्टिकचा पट्टा, पांढऱ्याफेक चपला, करपलेले ओठ, असा तो सखारामचा मालक होता.

कागलला आल्यावर दोन–चार महिन्यांनी सखारामचा हा मालक कुठंतरी नाहीसा झाला. कुणाच्या तरी मुलीला घेऊन तो पळाला. सखारामचं मूलही कुठंतरी नाहीसं झालं.

परवा दहा-बारा वर्षांनी मी सुटीवर गेलो होतो.

संध्याकाळी दारात बसलो होतो. सखाराम गल्लीच्या वळणानं येताना दिसला. त्याचा सगळाच नूर बदलला होता. अंगावर मळकट जुणेर. केसाला बऱ्याच दिवसांत तेल मिळालेलं दिसत नव्हतं. दाढीही तो रोज करीत नसावा. छातीवरील स्तन नाहीसे झाले होते. पायांत काहीच नव्हतं. सगळा रंग गेलेला. फक्त विटलेला सखाराम उरला होता. येशेल तेलाची बाटली घेऊन तो गल्लीच्या तिकटीवरील दुकानाकडं चालला होता. मी गप बघत बसलो होतो.

जवळ आल्यावर अगदी साध्या आवाजात त्यानं मला विचारलं : "कवा आलासा?"

"चारच दिवस झाले. बरं आहे तुझं?"

"हाय की!"

"आई–वडील कसे काय?"

"आई–बा ऽ जाऊन आता हे तिसरं साल. मरुस्तर त्येंची सेवा केली..." सखारामनं आपली कहाणी सांगितली. आई–वडिलांची त्यानं प्रामाणिकपणं सेवा केली होती. जोगवा मागून त्यानं त्यांचं औषधपाणी केलं. आताही तो जोगवा मागून खात होता. चहाच्या दुधासाठी त्यानं एक शेळी पाळली होती. ...साध्या माणसानं सांगावं तसं तो बोलत होता.

पूर्वीच्या सगळ्या आठवणी निघाल्या. पूर्वी केलेल्या कृत्याबद्दल त्याला खंत वाटत होती. बोलता बोलता त्यानं मन मोकळं करून सांगितलं. आपली स्वप्नं, आपल्या वासना, आपल्या भावना अगदी संथपणानं सांगितल्या. परमेश्वराला दोष दिला.

मला बरंच कळलं : सखाराम पुरुष होता, पण त्याच्या भावना बाईच्या होत्या.

बापयाच्या मिठीत राहण्यात त्याला सुख वाटत होतं. त्याला वाटायचं की, आपणाला स्तन फुटावेत. स्त्रीपण यावं. जडजड पोटानं आपण गरोदर राहावं. आपणाला मूल व्हावं. त्या मुलाला पहिला पान्हा देताना होणारं सुख त्याला हवं होतं. यल्लूबाईवर आरंभी त्याची फार श्रद्धा होती. एक दिवस त्याला स्वप्न पडलं. आपण सुंदरपैकी लुगडं नेसलं आहे. यल्लमा समोरच्या देवळातनं त्याच्या झाडापाशी आली आहे. त्याला तिनं बाईचं रूप दिलं. सखारामनं ते मागून घेतलं. सखाराम त्या वेळी यल्लमाच्या डोंगराला गेला होता. झाडाखाली झोपला होता. त्यावेळी त्याला हे स्वप्न पडलं. झोपेतून तो गपकन् जागा झाला. आपलं सर्व अंग चाचपून पाहिलं.

...पण शेवटी निराश झाला.

"आई यल्लूबाई, मला ही वासना काय म्हणून दिलीस? का छळ मांडलाईस माझा?"

■

बाबजी बल्लाळ

गल्लीत बाबजीचं घर निर्मळ आहे. दारात सात-आठ ढोरं बांधण्यापुरती जागा आहे. त्या जागंत त्याची जळणाची खोप. खोपीच्या वळचणीला लाकूड-फाटा शिस्तीनं टाकलेला असतो. जरा बाजूला दोन लिंबाची झाडं पाणी घालून वाढविली आहेत. नीट-घोल आहेत. उरलेली जागा उन्हाळ्यात मोकळी असते. कधी-मधी शेण्या वाळत टाकलेल्या असतात. पावसाळ्यात वाटंकडंचा कळकीचा कूप पुन्हा एकदा घट्ट केला जातो. आतल्या बाजूला तेव्हा वरणा, घारीच्या भोपळ्याचे वेल गारेगार लागतात. कुठं राजगिरा, पोकळा, कधी तर मेथीचे डहाळे त्यातून दिसतात. पावसाळ्यात तेवढ्यात त्याचं माळवं चालतं. जळणानं भरलेली खोप पावसाळ्यात सरत येते. पुन्हा पावसाळा संपला की, तिच्यात हळूहळू भर पडते. सारं जळण उन्हाळाभर बाबजीच गोळा करतो. ...रकमा-मावशी घर नि जेवण सांभाळून सुखात असते.

रकमा-मावशी बाबजीची बायको. लग्नाची नव्हे आणि पाटाचीही नव्हे. तशीच त्याच्याजवळ राहिलेली. पण लग्नाच्या बायकोगत ती वागते. बाबजीही तिला बायकोगत वागवितो. कुणी कुणाला नाव घेऊन बोलवत नाही. रकमामावशी बाबजीला 'अहो जाहो' म्हणते. बाबजी तिला 'अगं तुगं' म्हणतो. त्यांचे कधी भांडण होत नाही. रकमामावशी देवाला सोडलेली असूनही तिनं एकच नवरा मानलेला आहे. इतर जोगतिणीगत 'जोगतीण देवाची नि बायको गावाची' अशी तिची तऱ्हा नाही. गावोगाव ती परडी घेऊन हिंडत नाही. कुणा बाप्याबरोबर वाटंत बोलत नाही. जोगतिणीगत ढंग करीत नाही. अंगात शहापुरी किंवा गुलाबी चोळी नसते. सदा पुणेरी साधी चोळी दंडाला असते. साधं ढाबळी कोष्टाऊ लुगडं तिला गोड वाटतं.

गुडघ्याच्या खाली त्याचा झोळ कधी येत नाही. ...शेतकऱ्यांच्या इतर बायका नि तिच्यात फरक म्हणून वाटत नाही. यल्लूबाईचा वार म्हणून प्रत्येक शुक्रवारी ती आळीतलीच पाच घरं फिरते. परडी घेऊन येते; पण 'आकुदी जोगवा' असंसुद्धा म्हणत नाही. दारात येते नि घरातल्या माणसाचं नाव घेऊन 'जोगवा वाढ गं' असं म्हणते. सहसा शेताकडं जेवण घेऊन जात नाही. बाबजीच जेवायला घराकडं येतो. शेतात किती जरी कामं असली तरी जेवायच्या वक्ताला बाबजी घरात हजर असतो. गावातल्या हौदाचं पाणीसुद्धा ती कधीतरीच आणते. नाहीतर बाबजीच कधी पहाटे, कधी तास रातीला दोन कावडी आणून देतो. ...बाबजीनं तिला उंबऱ्याच्या आत सुखात ठेवलं आहे.

त्याचं तरुणपणी लग्न होत नव्हतं. आई-बा त्याच्या बाळपणीच वारले होते. त्याला चुलतीनं जवळ केलं. दहा-बारा वर्षांचा झाल्यावर पाणी पाजाय लोकांच्या मळ्यात ठेवलं होतं. शेतात रान नव्हतं, गावात घर नव्हतं. ना आई ना बा. कोण आपली पोर देऊन तिच्या गळ्यात धोंडा बांधणार? म्हणून बाबजी रकमा-मावशीसंगट राहिला.

गल्लीत तोच तेवढा टापटिपीचा माणूस. अंगावरच्या धडुत्यापासून तो शेतातल्या खोपीपर्यंत त्याचं काम जिथल्या तिथं. काहीही सांगिटलं तर आंधळ्यानं जाऊन आणावं. प्रत्येक वस्तू जागच्या जाग्याला!

"बाबजीमा, इळा जरा दे गा शेरडीला दोन पेंढ्या कापून घेतो."

बाबजी कुठंतरी मिरचीच्या रानात काहीतरी टोकणून घालत असतो. तिथूनच तो सांगतो : "घे जा खोपीतला. वरतीकडच्या पाक्यात तिसऱ्या वाश्यात फडक्यात गुंडाळून ठेवलाय बघ." आणि जाऊन बघावा तर दुसरीकडं कुठं सापडायचा नाही. अगदी सांगितलेल्या जाप्त्यालाच तो असायचा.

अंगावर जुनाट धडुती असतात. पण सारी घणघणीत. कुठं एखाद्या मुंड्याला खोंबारा लागलाय आणि तो तसाच राहिलाय असं कधी व्हायचं नाही. लगेच तो स्वत: टाका घालतो. अंगावरचं एखादं धडुतं जुनं झालं; विरघळलं तर ते खोपड्याला बोळा होऊन पडत नाही, त्याचा धडा भाग तो व्यवस्थित कापून ठेवतो. चौकोनी ठिगळं अगोदरच तयार करून ठेवतो. कधी नड पडली तर त्यातला एखादा काढायचा आणि तो फाटलेल्या धडुत्याला जोडायचा. अंगावरचं घोंगडंसुद्धा असंच ठिगळलेलं असतं. अंगात कोपरापर्यंत येणारं मांजरपाट मुंडरं. कमरेला धाबडी-जाड धोतर. डोक्याला कामानिमित्तानं गावातून फिरताना पटका. एरवी

टॉवेलची लांबूडकी घडी करून ती गुंडाळलेली असते. अंगावरचे कपडे नेहमी पांढरे स्वच्छ असतात. कुठं कशाचा डाग नसतो.

पायांत पायताणही तसंच. नाल-मोळे मारलेले. कधी त्या पायताणाचा वाद तुटलेला दिसायचा नाही. टाच झिजलेली आढळायची नाही. कधी अंगठ्याचा कान तुटलेला बघायला मिळणार नाही. पायताणाला वेळेवर तेल मिळतं. त्यामुळं ते भुयीचालीचं पायताण काळंभोरं दिसतं. एखाद्या वेळंला पाऊस पडतो. रानात ओल होते किंवा पाणी पाजलेल्या उसात बाबजी शेळीला शेवरी मोडायला जातो. मग पायताणाला पेंड डसतो. पण लागलीच खुरप्यानं नाहीतर चिपेनं तो पेंड काढून टाकतो. पायताण नेहमी सोज्ज्वळ, मऊलूस असतं. कधी कुणाच्या पायांत मात्र ते नडीच्या वक्तालाही घालायला मिळत नाही.

"बाबजीमा, जरा पायताण दे गा. तेवढं शिऱ्यांचं भारं घालून येतो. ... माझं पायताण लावायला टाकलंय."

"हे बघ शिदबा, पायताणाइसीक काय इचारू नगं. तुझं पाय माझं पाय सारखं न्हाइत. पायताणाचं वाद सैल हुतील माझ्या."

"घटकाभरात काय हुतंय त्येला? चिलीम वडूस्तर भारं घालून येतो."

"न्हाई भागायचं. वाटलं तर मी येतो भारं घालून. तू बस हितं." बाबजीच्या उत्तरात बदल होत नसतो. ... पावसाळ्यात त्याच्या पायांत हे पायताण कधी दिसत नाही. रबरी पट्ट्यांच्या खडावा घालून तो गावातून हिंडतो.

सकाळ झाली की बोळात घुंगरू वाजताना ऐकू येतात. गल्लीत दारातोंडाला माणसं झोपलेली असतात. उगंच तोंडावर पांघरुणं घेऊन पडलेली असतात. त्यांनी पांघरुणातच तोंड घेऊन समजावं की, बाबजी शेरडं घेऊन शेताकडं चाललाय. दीस उगवायच्या आधी तो शेरड्यांच्या लेंड्या भरून, पाण्याच्या दोन कावडी आणून मोकळा झालेला असतो.

कुणीतरी बापय दारातच अंथरुणात उठून बसलेला असतो. डोळ्यांवरची निजेची सुस्ती गेलेली नसते. जांभया अधूनमधून निघत असतात. तो बाबजीला बघून हाक मारतो : "काय बाबजी, लौकर शेताकडं?"

"जाऊ या की लौकर. शेरडांच्या पोटापाण्याचं कायतरी बघून मग कामाला लागायचं."

"ये. जाशील म्हणं. जरा मिसरी करून दे तंबाखूची."

बाबजी तंबाखू ओढायला बसतो. दोन-तीन पांढरी, बाळी शेरडं त्याच्या

भोवतीनंच घुटमळतात. त्याला हुंगतात. आसपास टुणटुण उड्या मारतात. शेरडं नि करडं अतिशय बाळसेदार. गल्लीत तसलं पोरही कुणाचं मिळायचं नाही.

सकाळी उठून पारोशानंच खेळणारी शेंबडी–मेकडी पोरं त्या करडांना धरतात. तोंडाला तोंड लावून कुरवाळतात. उराशी धरून वर उचलतात. 'बाळ्या बाळ्या' म्हणून दोन पायांवर नाचवतात.

"गप बसा रे. हाल करू नगंसा त्येचं. बाळ्या, चल हिकडं." असं म्हटलं की बारकं करडू पोर आल्यागत टुणटुण उड्या मारत त्याच्याकडं येतं. त्याच्या काखंतून मान काढून पुढं हातावर निवडायला घेतलेला तंबाखू जिभेनं चाटल्यागत करतं नि तिखट लागल्यावर फुर्र् फुर्र् करीत निघून जातं. शेळीपाशी जाऊन उभं राहतं.

चिलमीचा बटवा बाबजीनं पुढ्यात ठेवलेला असतो. चिट्याचिट्या असलेला हिरवा बटवा बघत राहण्याजोगा आहे. त्याला तीन कप्पे. एकात चिलीम आणि छापी. दुसऱ्यात नीट करून तंबाखू भरलेला. तिसऱ्या कप्प्यात बडीशेप आणि लवंगा टाकलेल्या असतात. चिलमीतला खडा विळ्यानं घोळून घोळून इतका सुरेख केला आहे की, माणूस खडा बघण्यासाठी आपण होऊन बाबजीची चिलीम झाडतो. ...बाबजी गेल्यावर त्याच्या खड्याविषयी बोलत असतो.

बाबजी हळूच चिलमीत तंबाखू भरतो. मधे चार बडीशेपूचं दाणं टाकतो. फूल खोवल्यागत लवंग मधे खोवतो. तंबाखूचा हात पाठीमागं ढुंगणाला झाडून टाकतो. खिशातली काड्यांची पेटी काढून काडी लावली की पहिला झुरका कुणालाही न विचारता आपण घेतो. भरपूर घेतो. लवंग नि बडीशेप तुडतुड वाजली की, झुरका संपतो. मग दुसऱ्याचा मान!

खांद्यावर आकडी, हातात लांब दांड्याची बारीक पाठीची कुऱ्हाड. पाठोपाठ शेरडं नि दोन-तीन कुत्री; असं बाबजीचं लटांबळ शेताकडं येतं.

वाटंत दोन-तीन मळे लागतात. मळेकऱ्यांना तो आपला खास तंबाखू ओढायला देतो. शिंपीभर दूध चहाला देतो. शेतकरी खूश होतात. मग उसातली शेवरी, एरंडाची पानं बाबजीच्या शेरडांपुढं पडतात. शेरडं फुगून टम्म होतात. अखेरीच्या दिसांत शेरडं शेताकडं आली की, धावड्याखाली रमतात. बाबजीच्या बांधावर उंच उंच गेलेले दोन धावडे आहेत. तो त्यांच्यावर चढतो. आकडीनं नाही तर कुऱ्हाडीनं

शेरडांची पोटं भरेपर्यंत डहाळं तोडतो. शेरडं थंड झाली की, शेतकामाकडं त्याचे हात वळतात.

संध्याकाळी परत येताना बाबजीचं डोसकं कधी रिकामं दिसलं नाही. काही ना काहीतरी त्यावर ठेवलेलं असतंच. ईळभर जोंधळ्याची धसकटं वेचून भांगलणं-खुरपणं करून, कोळपं ओढून तो दमतो. कैंगटतो. हात-पाय आंबून गेलेले असतात. तोंडाला कडू खर आलेली असते. तरी तो संध्याकाळी कंटाळा करून तसाच जात नाही. शेरडांनी मुंडरे केलेले डहाळे, बाभळीची शिरी तो जळणासाठी म्हणून नेतो. खोपीवर उनात टाकतो, वाळवतो नि जळणाला रचून ठेवतो. पावसाळ्यात गवत-बाटकाचा भारा त्याच्या डोक्यावर असतोच. बाजारात जाऊन तो विकतो. चार-दोन आणे तेवढेच गूळ-मिरचीला होतात. ...एखाद्या वेळेला गुरव देवाला फूल चुकेल; पण बाबजीचं डोकं रिकामं चुकूनही दिसणार नाही!

मधल्या बांधाला त्याची घोडं-खोप आहे. झळझळीत असते. तिच्यात पान खाऊन थुकलेलं नसतं. खरकटं पाणी कुडावर ओतलेलं नसतं. कूड जिथल्या तिथं असतो. भुई आठ दिवसाला सारवली जाते. शेत वाळलं असलं तरी खोप कायम असते. बाकीच्या वाळल्या शेतवाल्यागत ती पावसाळ्यातच तेवढी नसते. बाबजी ती उन्हाळ्यात घराकडं मोडून नेत नाही. सुगी सरली; शेतातल्या बसत्या उठल्या, जितरापं गेली, रानं वावंडी झाली, ढोरं फिरू लागली की, बाबजी खोपीभोवतीनं दाट दाट कूप घालतो. मग वावंड्या रानातून फिरणारी ढोरं तिला डांगलत नाहीत. पोरं तिच्यात बसून भुई उकरीत नाहीत की, कूड फाडीत नाहीत.

गुऱ्हाळाच्या सुगीत उसाचं फड पडले की, बाबजीची फेरी मळेकऱ्याकडं होते. "रईत, आम्हांस्नी चार वल्ल्या शेवऱ्या द्या की!"

"कशाला गा?"

"अहो, खोपीला चार वासं पाहिजेत."

"बाबजी, पावसुळा अजून लांब हाय की! आताच काय करायची खोप तुला?"

"पावसुळ्यात तुमी शेवऱ्या देता व्हय? आताच ढीग हाईत; त्यातल्याच चार मिळाल्या तर मिळाल्या."

"हितं कुठं हाईत तेवढ्या शेवऱ्या? आम्हालाच कमी पडतील. आवंदा खोप उलगडून नवी घालायची हाय."

"अहो, त्यातनंच आमच्या गरिबांवर नजर ठेवायची. मला लई नगंत. नुसत्या

चारच लागतील. तेवढ्या तुमच्या कुठंबी पडून जातील.'' असं बाबजीनं म्हटल्यावर मग शेतकऱ्याला मोडवत नाही. दोन-चार शेवऱ्या तो त्याला देतो. ...एकाच्या मळ्यात शेवऱ्या. दुसऱ्याच्या मळ्यात उसाचा पाला तर तिसऱ्याच्या मळ्यात मेढकी; असं करून बाबजी उन्हाळ्यातच खोपीच्या सामानाची बेगमी करून ठेवतो. ...पावसाळ्यात मग त्याची खोप तरण्या पोरीगत रेखीव नि बांधेसूद दिसते. या खोपीच्या आसपास त्याच्या कुत्र्यांची मैफल सदा-सर्वकाळ पडलेली असते.

त्याची कुत्री आमच्या तसरीला सर्वांना ठाऊक आहेत. नाही नाही म्हटले तरी त्याच्या पाठीमागं दोन-तीन कुत्री तरी हमेशा असतात. त्याशिवाय घरात पिल्लावळ असते ती वेगळीच! सगळी कशी इलायती कुत्र्यागत तरतरीत. एका कुत्र्याचं हाड वर दिसायचं नाही. सगळी रेड्यागत मानेत भरलेली. भरड्या आवाजाची. भारदस्त. हुपरीच्या पाटलानं एक कुत्रा विकत मागितला; ''पाव्हण्या, शंभर रुपय देतो; कुत्रं एवढं दे.''

''न्हाई बाबा, पोरांगत पाळल्यात मी.''

''रोजगारी माणूस दिसतोस. सात-आठ महिन्यांची पोटगी निघंल तुझी.''

''निघली तरी काय करायची मला? मायेला मोल न्हाई.'' बाबजीचं बोलणं ऐकून पाटील गुमान निघून गेला.

गावात कुणाचं जरी राखणीचं कुत्रं मेलं की, माणूस त्याच्याकडं येतं. त्याच्या बेळ्यातून आत पाऊल टाकलं की, फौजच्या फौज अंगावर भुंकत येते. 'हाड' म्हणायची कुणाची धडगत नाही. कुणाला म्हणून म्हणायचं? हातात धोंडा-विंडा घेऊन हात वर केला तर 'वाव् वाव्' करीत जास्तच कालवा करतात. मग मुकाट्यानं माणूस खाली बसतं. बाबजीला हाक मारतं. कुत्र्यांच्या त्या वणव्यानं बाबजीची गाठ कोण त्याच्या घरात घेत नाही. भिकारी तर त्या बोळातली पहिली दोन घरं मागूनच परत फिरतात. म्हणून माणूस बिचकत बिचकतच बाबजीच्या घरात शिरतं.

''का आलाईस?'' कुत्र्यांच्या थव्यातनं सोडवून घेत घेत बाबजी त्याला विचारतो.

''बाबजी, तुझी कुत्री माणसाचा वास आला तर मेल्याली उठत्यात बघ.''

''रतीबाचं दूध घेऊन घालतोय त्यांस्नी. निम्मी पोटगी जातीय माझी कुत्र्याशेरडांस्नी.''

''खरं हाय बाबा.''

"का आला हुतास?"

"अगा, आमचा टिप्या कुतरा मेला न्हवं."

माणसानं असं म्हटल्यावर बाबजीला कळायचं ते कळतं. "कशानं मेलं गा?" असं विचारत त्याचा चेहरा ढग आल्यागत होतो. दातांत काडी घालत विचार करू लागतो. बराच वेळ तंबाखू निवडत बसतो. बेताबेतानं भरतो. दातांत घातलेली काडी बोटानं पुसत परत चिलीम ओढतो. बराच वेळ बाबजी गंभीर झालेला बघून मग माणूसच बोलतो : "अगा, शेतात याकबी कुत्रं राखणीला न्हाई."

तंबाखूचा झुरका घेऊन झाल्यावर बाबजी म्हणतो : "हे बघ रामा, माझ्या घरात कितीबी कुत्र्यांची पिलावळ असली तरी ती मला जड न्हाईत. पोटच्या पोरांगतनी मी ही पिल्ली पाळतोय."

"व्हय की, मला का माहिती न्हाई?" माणूस जरा लाचार होऊन हसत हसत म्हणतो.

"तू आता पिल्लू मागायला आलाईस; मी तुला न्हाई म्हणत न्हाई. पर त्येचा खाना तुला परवडंल काय? व्हय; तरच तुला पिल्लू मिळंल."

"खाना परवडंल की! त्येला काय झालं? राखणीची काळजी मला न्हाई व्हय?"

"तुला असंल गा राखणीची काळजी. पर बाकीची लोकं पाळत्यात तसं वाळकं तुकडं घालून कुत्रं बाळगशील तर मिळणार न्हाई. तू मग रागाला येईनास मला."

"न्हाई, न्हाई. रागाला कशाला येऊ? खरं हाय की तुझं."

"माझ्या कुत्र्यांस्नी दोन वक्ताला झाकणी–झाकणीभर जुंधळ्याच्या कण्या नि ताक चारतोय; तवा तशी साहेबाच्या कुत्र्यागत दिसत्यात. तू तसं घालशील काय?"

"घालीन की!"

"बघ; तुला परवडत असंल तर न्हे, जा."

माणूस 'व्हय' म्हणतो. मग बाबजी एखादं पांढरंशुभ्र पिल्लू हातात घेतो. घटकाभर त्याला कुरवाळतो. मुकेसुद्धा घ्यायला तो कमी करीत नाही. अंगावर कुठं चुकून गोमाशी, तांबू किंवा गोचीड असला तर तो काढून दगडाखाली चिरडतो आणि माणसाच्या स्वाधीन ते पिल्लू करतो. ... अगदी जड हातानं! "आठवणीत ठेव बरं का! सात–आठ दिवसांतनं फेरी मारून मी बघणार हे पिल्लू. जर का खराब

झालं; तर माझं मी घोंगड्याच्या खोळीत घालून परत आणणार. मग माझ्यासंग भांडलास तरी पत्कारलं.'' शेवटाला माणसाला हे पुन्हा जाणवून देतो. माणूस 'व्हय व्हय' करीत निघून जातो. बाबजी दारापर्यंत जातो. कुत्रं दृष्टीआड झालं की, खाली मान घालून परत फिरतो. कूळ अन्न-धान्याकडनं बळकट असलं तरच त्याला कुत्रं मिळतं. शिवाय बाबजी सांगितल्याप्रमाणं सात–आठ दिवसांनी फेरी घालतो आणि तशी जर त्याच्या मनात अंधेशी आली तर ते पिल्लू उचलून आणतो.

बाबजीचा सित्या कुत्रा रातचा गल्लीत कुणाला हलू द्यायचा नाही. उकिरड्यावर कोरव्या–धडराची गाढवं जरी उठली; फुरफुर करू लागली तरी तो भुंकून सगळ्या गल्लीचं डोसकं उठवायचा. रस्त्याला जिथं बोळ फुटतो तिथल्या तिकटीवर तो रात्रीचा पडून राहायचा. बाबजीच्या साऱ्या कुत्र्यांपैकी एवढाच कुतरा रातचा बेळाच्या बाहेर पडायचा. बाकीची सगळी बेळाच्या आत असायची.

रानात सुगी चालली होती. बाबजीची मळणी अजून व्हायची होती. दुसऱ्याच्या खळ्यावर त्याला कणसं मळायची होती. खळ्याच्या मालकाची मळणी झाल्याशिवाय त्याला आपली कणसं खळ्यात घालायला येत नव्हती. गावात रातचं नऊ-नऊ–दहा-दहा वाजेपर्यंत गाड्या भरून येत होत्या. जोंधळ्याच्या राशी टाकून जात होत्या. परगावासनं कडबा, गवत येत होती. गावातून नि शेतातून गडबड उडाली होती. जो तो वाळला शेतकरी लौकर मोकळा होऊन रोजगारला लागायच्या नादी होता.

काळोखाची रात. अकराचा सुमार होता. बाबजीचा कुत्रा तिकटीवर पडलेला. कुणाच्या तरी कडब्याच्या तीन–चार गाड्या आल्या. काळोखातूनच बिनकंदिलाच्या खडखडत गडबडीनं चालल्या होत्या. खालती कडच्या रस्त्यानं पाच–सात गाढवं कशाला तरी बुजून एकाएकी पळत अंधारातच आली. म्होरच्या गाडीचे बैल त्यांना बुजले. सित्या कुत्राही त्या गडबडीत उठून कुठंतरी भुंकत घुसला. बैल कासराभर आडवेतिडवे पळाले. गाड्या दणक्यानं पुढं पळाल्या आणि कुत्रा तोंड पसरून मोठ्याने 'काँ काँ' करू लागला. जास्तच ओरडू लागला. गाढवं वरतीकडं उधळत पळाली.

म्हातारी सावू इरागतीच्या निमित्तानं दाराची कडी काढून बाहेर आली. ''अगं ए ऽ रकमा, कुत्रं गाडीत गावलं गं तुझं'' असं म्हणत बाबजीच्या घराकडं धावली. रकमा मावशी त्या गाडीवानांना शिव्या हासडत बाहेर आली. कुत्र्याच्या अंगावरून गाडी गेली होती. तिनं कुत्र्याची दशा बघून ऊर बडवून घेटलं. घरातलं माणूस गेल्यागत हंबरडा फोडला. गल्लीत कालवा झाला. माणसं घरातून उघडीच बाहेर

आली. सगळी गल्ली रकमा-मावशीच्या आवाजानं जागी झाली.

"बाळगोंडा, त्यांस्नी जाऊन बलवून घेऊन ये जा. जाधवाच्या खळ्यावर वसतीला हाईत बघ कणसापाशी. म्हणावं; कुत्र्याच्या पोटावरनं गाडी कुणी वाद्यानं घाटली. जा बाबा, लौकर. दवाखान्यात न्हेलं पायजे ह्येला." बाळगोंडा कंदील घेऊन बाबजीच्या शेताकडं धावला.

रकमा मावशीनं कुत्र्याला हात घाटला. त्याचं पेकट तुटल्यागत लोंबकळत होतं. रक्तात भिजून काला झालं होतं. त्याचे पुढचे पाय ताणत होते. खाली घासत होते. तिथंच एका बाजूला तिनं ते लावलं. घटकाभरात ते रक्त मुतलं. गचके देऊ लागलं. रकमा-मावशीनं त्याच्या तोंडात पुन्हा पाणी घाटलं. कुत्रं दमून धाप्या देत, 'कुंई कुंई' करीत शांत पडलं. डोळं फिरवून माणसांकडं बघू लागलं.

घटकाभरात बाबजी धावत आला. भराभरा त्यानं दोन–तीन कांबटं कुऱ्हाडीनं चिंबवून काढली. वाखाच्या दोन चऱ्या काढल्या. कुतऱ्याचं पेकट बांधलं. रुंदाड्या पाटीत घालून त्याला घराकडं नेलं. वाश्यांना बांधून ठेवलेलं औषधाचं गठलं काढलं. झाडपाल्याचा चुरा केला. कुत्र्याच्या नाकात काहीतरी भरलं. रकमामावशी तोपर्यंत निघेल तेवढी शेळीची धार काढून घेऊन आली. औषध दुधात कालवून कुत्र्याला घोट दिलं. कुत्रं विव्हळत होतं. घटकाभर गप बसत होतं. घटकाभरात पायांचं तरूटं देऊन टाचा घासत होतं.

सकाळी कासराभर दिसाला डोक्यावर मोठी पाटी घेऊन बाबजी बेळातून बाहेर पडला. डालीत पांढऱ्या कापडात सित्याचं प्रेत गुंडाळलेलं होतं. वरून सुतळीनं आवळलेलं. रकमा मावशी पाठीमागून जात होती. मुकी होऊन पावलं उचलीत होती. तिच्या एका हातात टिकाव आणि दुसऱ्या हातात वडरी खोरं होतं.

"बाबजीमा, कुतरं मेलं व्हय गा?" सावूच्या आप्पाजीनं विचारलं.

"मेलं गा, रातचं तीन वाजायच्या सुमाराला." बाबजीचा आवाज उतरला होता. रकमामावशीनं एकदम डोकं फिरल्यागत तोंड उघडलं. गाडीवानांना भरमसाठ शिव्या देऊन घेटल्या. टिपे गाळीत मग निघून गेली.

"कुठं न्हेऊन पुरतोस ह्येला?"

"जातो तिकडं शेताकडं. डोळ्यांफुडंच पुरलं म्हणजे घारी-गिधाडं, कोल्ही-लांडगं उकरायचं न्हाईत." शेताकडची वाट तुडवत होता. ...बोळातल्या दारा-दारातून माणूस वाकून बघत होतं.

मळणी संपल्यावर दोन-तीन दिवसांनी बाबजी आमच्या धावेवरच्या आंब्याखाली दादांच्या बरोबर तंबाखू ओढीत बसला होता. मी म्हशीला दावं करीत तिथंच बसलो होतो. बाबजीच्या हातात एक कुंडाला आणि एक बारडी होती. त्यानं आंब्याची दोन रोपं आपल्या घोडं-खोपीसमोर लावली होती. पाण्याच्या एक-दोन खेपा त्यांना घालायच्या विचारानं तो इकडं आला होता.

"बाबजी, आता तुझी पन्नाशी वलटली. श्यात दुसऱ्याचं. तू खंडानं केलेलं. ही रोपं जगली तर त्यांस्नी फळं यायला दहा-पंधरा वरसं जातील. कशाला उगंच केसं तुटुंस्तर रोपांस्नी पाणी घालतोस? तुला का फळं खायला मिळणार हाईत?" आंब्याबुडी उनाचं पडल्या पडल्या दादांनी बाबजीला शहाणपण सांगितलं. बाबजीच्या मनावर अजून कुत्र्याचा परिणाम होता.

उतरत्या आवाजातच तो बारडी नि कुंडाला तिथंच ठेवून बोलला : "रतनापा, ही रोपं का मला फळं देणार हाईत म्हणून मी पोसतोय? शेताच्या मालकाला तरी मिळतील का न्हाई? त्यो तरी दुवा देईल. त्यो न देईल तर त्येचा आत्मा तरी देईलच की!"

"पर तुला त्यात काय मिळणार हाय?"

"मला कायबी न्हाई. माझ्या जिवाला शांती! आत्म्याला विरंगुळा; दुसरं काय हाय त्यात? ही कुडी वाजवायच्या पव्यागत, देव फुकतोय तवर वाजायची; न्हाईतर सित्या कुत्र्यागत फुटून जायची."

"कुत्रा लई चांगला हुता गा तुझा." दादा कळवळले.

बाबजी पातळ झाला. "रतनापा, काय सांगू तुला? पोटच्या पोरागत हुतं गा ते मला." कळवळून तो बोलला.

"एवढा कशाला जीव लावतोस कुत्र्यामांजरावर?" दादा सहज बोलले.

"त्येची काणी येगळी हाय. जीव लावून काय लागतोय? आपोआपच गुतून बसतोय... बारा वरसं झाली. माझी बायकू गरोदर हुती. 'हूं ऽ' म्हणून पॉट आलं हुतं. वाटलं आवळी-जावळी हुत्यात काय कुणाला दखल? माझ्यापाशी ती असल्यापासनं दहा वरसानं तिला दिस गेलं हुतं. मला हौस वाटली. तिचा जीव आंब्यागत म्हवरला. दिसात पडल्यावर किती सायास केलं. जळणानं खोप भरली. रंगुनी तांदुळ आणून ठेवलं. हातरुणं कांबरुणं धडशी करून ठेवली. पाळणा करून घेटला. बाळंतिणीला बाजलं हिणून घेटलं. जुन्या धडुत्यांची बाळूती काढून ठेवली. फुलात ठेवल्यागत तीन-चार म्हयनं ठेवली."

बाळत झाली नि पोरगं आतनंच मरून आलं. एवढं दांडगं हुतं. देव त्येला जीवच घालायला इसरला.

बाहीर येऊन बगिटलं तर त्याच वक्ताला माझी मोरी कुतरी येत हुती. तिला काळी बाळी रेसमागत पाच पिल्ली झाली. सगळी ठसठसीत. नागाच्या पिल्ल्यागत अंगावर तेज!

बायकू म्हणाली : ''हिकडचा जीव तिकडं गेला. तीच आपली लेकरं. त्यांस्नी जपू या. तिकडंच जीव लावू या.''

तवाधरनं कुत्र्यावर जीव जडला. शेरडांवर जीव जडला. मुकी जनावरंबी माया केल्यावर पोरागत वागत्यात, नाचत्यात, उड्या मारत्यात, अंगावर पडत्यात, बिलगत्यात सगळं पोरागतनी. पोरं तोंडानं बोलत्यात, ती डोळ्यानं बोलत्यात. मग जीव जडतोय. आत आत गुतून बसतोय.

ह्या आंब्याच्या रोपाला याक पान फुटलं की, माझ्या अंगाला पान फुटल्यागत वाटतंय, त्येला अंकुर आला की, माझ्या मनाला गुदगुल्या झाल्यागत वाटतंय. हे का सुख थोडं हाय? आता माझं मन ह्या घोडं-खोपीवर जडलंय. ह्या चिलमीवर, चिलमीच्या छापी–खड्यावरबी जडलंय. ह्या शेतावर, इळ्या–खुरप्यावर, कुत्र्या–मांजरावर, झाडावर–झुडपावर बसलंय. त्येंची उस्तवारी करताना मनात सुखाचं पेव फुटतंय. कशाला मग पॉर नि बाळ? एकदा तिला मेलेला गोळा झाला. त्येच्यावर आज बारा सालं झाली काय न्हाई. तिचीबी माया बाहीर पसरली. देवानं बरंच केलं म्हणतो मी. पॉर झालं असतं तर माया तिथंच चिमटीत पडली असती. जाऊ दे. कुणाला कळायचं न्हाई हे.'' बाबजीची तंद्री संपली. त्यानं चिलीम झाडली. बेतानं झाडली. छापी मांडीवर घेऊन साफ केली. पिशवीत टाकली. चिलमीतला खडा बोटांनी कुरवाळला, स्वच्छ पुसला. काळा कुळकुळीत केला. चिलमीत टाकला. बेतानं चिलमीला पिशवीत सोडलं आणि उठला. बारडी आणि कुंडाला खळखळून धुतला. पाणी भरलं नि जाता जाता म्हणाला : ''रतनापा, तुझी म्हस सुटलीया बघ. कवळा ऊस शेंडलतीया, ऊठ लौकर.''

म्हशीला केलेलं दावं घेऊन मी उसाकडं पळालो. ...बाबजीचं काळीज खुडल्यागत म्हस कवळा ऊस खाईत होती.

■

फुलाआत्ती

फुलाआत्तीचं तोंड लोखंडाचं आहे. ती सबंध म्हातारी झाली आहे. पण तोंड म्हातारं झालं नाही. अजून लेजीम खेळताना वाजणाऱ्या रण–हलगीगत खणखणत असतं. चांदीच्या बंद्या रुपयासारखे शब्द छनाछना करतात. या चांदीच्या रुपयांना मिरच्यांचं तिखट पुरे म्हणूस्तर लावलेलं आहे. ऐकणाऱ्याच्या नाकाडोळ्यांतनं पाणी येतं.

"काय फुलाआत्ती?"
"का रं बाबा?" फुलाआत्तीचा एक हात हलगीवर पडतो.
"काय चाललंय?"
"शेणी रचाय लागलेय गाडीत."
"कशाला?"
"वड्यावर न्ह्यायला. माझ्या सुडक्या, 'काय चाललंय' म्हणून काय इचारतोस? काम चाललंय दिसत न्हाई? डोळं शिवल्यात व्हय वाकळंच्या दोऱ्यानं?"

माणूस आपलं चाल म्हणून विचारायला जातं; आणि ही तोंडानं एरंडाचं वाळलं वासं कडाकडा मोडत बोलती. जवळच्या ओळखीचं असलं तर माणूस हसतं. नाहीतर पांदीतल्या चिखलात अवस्थी पाय घसरून पडल्यागत घाबऱ्या–घुबऱ्या इकडंतिकडं बघतं आणि अचानक थोबाडीत बसल्यागत निघून जातं... शिवा एकदा म्हणाला : "दादा, हे बघिटलंस काय?"
"काय ते?"
"हे बघ. फुलाआत्तीच्या घरावर जरा बघ."
"कुठं हाय रं काय?" मी वर बघिटलं.

"त्या खापऱ्या तरी बघ, ल्हया उडाय लागल्यागत उडत्यात."

"काय भडव्या!"

शिवा हसत उभा राहिला. खापऱ्या उडत नव्हत्या. फुलाआत्ती सुनेला शिव्या मोजत होती. तिच्या ढाबळी लुगड्याचा सैल ओटा भरावा इतक्या शिव्या तिच्याजवळ होत्या. अगदी भाजी निवडल्यागत निवडून साठविल्या होत्या.

सुनेला आतापर्यंत पाच पोरीच झालेल्या. सगळ्या जगलेल्या. फुलाआत्तीला एकच पोरगा आणि पोराच्या वंशाला नुसत्या शेंगाच. एकही बी त्यांच्यात नाही; असं तिला वाटायचं. ह्या ना त्या निमित्तानं सुनेला ती ऊस फोडून खाल्ल्यागत खात होती.

एकचा एक पोरगा भिकू. बहादूर निपजला होता. (त्याच्यासाठी साठ नवस तिला करावे लागले होते.) दुपारी बारा वाजले की चुकारीचा रेडा घराकडं धावत आल्यागत येत होता. वसावसा जेवत होता. झोपल्यावर रेड्यागतच घोरत होता. घोरून झालं की, गावातलं देऊळ नाहीतर देवळापुढचा पिंपळाचा पार. देवळात इस्पीटं फाटूपर्यंत पिसत बसायचा. पैशांनी खेळायचा. वेळप्रसंग पडलाच तर मनावर उदार होऊन घरातला तांब्या, भांडं, पातेलं– काय हाताला लागेल ते पैशासाठी विकायचा नि पैसा आल्यावर त्याचा धूप खेळासाठी देवासमोर घालायचा. भिकूनं दोन वक्ताला खावं, दोन वक्ताला झोपावं नि एखाद्या वक्ताला भांडी विकावीत हा त्याचा दिवसभराचा बेत. बिचारा आईच्या पोटाला एकटाच होता आणि त्याच्या एकट्या पोटाला सहा पोटांचा घस लागला होता. पाच पोटं पोरींची नि एक पोट बायकोचं. राबणारी फक्त फुलाआत्ती.

शेजारीच राहते. भल्या पहाटे उठते. कोंबड्याच्या आधी तिच्या जांभया ऐकायला येतात. त्यावेळी आमच्या घरातही जाग आलेली असते. (कोणी ना कोणी अंथरुणातली ढेकणं मारत बसलेलं असतं.) जांभई देऊन झाल्यावर फुलाआत्ती अंगातला नेट हातांच्या दाही बोटात घालून डोकं खाजवत असावी. कारण सकाळी बाहेर आल्यावर तिच्या केसांची सर्व बाजूंनी चवरी झालेली दिसते. मी उठून दात घासत असतो; त्यावेळी ती थंडथंड पाण्यानं अंघोळ करत असते. माझ्या अंगावर काटा येतो. तोंड धुतो; त्यावेळी ती घराची झाटलोट करीत असते... हात आणि तोंड एकदम काम करीत असतात.

"ऊठ की गं रांडं." सुनेला सकाळची हाक. "दिसाची किरणं चांगली

सान्यातनं पडाय लागली की मग ऊठ. आता ऊठू नगं. आई–बा मरतील तुझं.''

सून आळस देत नि शिव्या खात उठते. सांगून ठेवल्यागत पोरंही पटापट उठतात. मग ती त्यांचा शेंबूड काढण्यात किंवा आणखी काहीतरी काढण्यात गुरफटून जाते.

''निजा की गं सटवाया हो! भोरड्या उठल्यागत लगीच उठल्या. कलाकला करत. तुमच्या बाऽनं का एवढ्या सकाळी गठळं पुरून ठेवलंय?... चूल-पोतिरी कर गं एऽ भवाने. मग बस पोरांची उस्तवारी करत. त्या भाड्यालाबी उठीव. जरा बघ म्हणावं काय तरी कामाचं. न्हाईतर, खा म्हणावं माझीच हाडं उगळून रात–ध्याड.'' पेळूच्या सुतागत शिवीतनं शिवी सगळ्यांसाठी निघते. स्वत:वरही एक–दोन शिव्या असतात. ... तोंडाचा पट्टा बंद केला की, फुलाआत्तीच्या कामाला गतीच येत नाही आणि कामं तर सगळी न्याहारीच्या वक्तापर्यंत आटपायची असतात. जेवून बाजारला जायचं असतं.

गावात आठवड्यातनं दोन बाजार भरतात. कोगनोळीला शुक्रवारचा बाजार. कोल्हापूरला रविवारचा आणि गावात सोमवार नि गुरुवारचा. हे चारही बाजार फुलाआत्ती करते. कांदा, लसूण, मिरची, कडधान्यं यांची खरेदी-विक्री चालते. ह्या बाजाराचं त्या बाजारात. त्या बाजाराचं ह्या बाजारात. पुन्हा ह्यातलं त्यात. स्वस्त–महाग एकाजागी करून मधला दर काढायचा. पोटं चालवायची. ...पायाला मोटारीची चाकं लावल्यागत धावते.

''फुलाआत्ती, किती कामं करशील? म्हातारी झालीस. गप घरात बस जा की आता.''

''हंऽ घरात बसून काय खाऊ? बरा सांगतोस की!''

''लेकाला जरा कामं कर म्हणावं. लाडका लाडका म्हणून गावातनं किती उंडगा सोडायचा त्येला!''

''ल्योक मेला न्हाई माझा?'' फुलाआत्तीचा राग आणि गंभीर विनोद एकदम बाहेर पडलेला असतो.

''कवा?'' विचारणारा माणूसही तसा गोंधळून घाबरल्यागत विचारतो.

''बारा दीस झालं की!''

''खरं का काय?''

''जा माझ्या सुडक्या. छप्पन्न नवसं केल्यात त्येच्यासाठी. तेवढाच हाय माझ्या

वंसाला. खाऊ दे फिरून तिकडं.'' फुलाआत्तीच्या या अनपेक्षित हिसक्यानं ऐकणारा माणूस टोमॅटो कोंबल्यागत तोंड करून निघून जातो.

घरात पाच नाती, एक सून, पोरगा एवढ्यांची पोटं एकटी चालवते. तसल्यात एक मांजरी पाळलेली.

''फुलाआत्ती, मांजरी व्याली काय?''

''व्याली की!''

''किती पिल्लं हाईत?''

''चार.''

''आणि पोराला किती पोरी हाईत?''

''जा माझ्या हांट्या. चांगली खंडीवर पेंडी झाली तरी मी भिणार न्हाई. ईसभर पोरं हुईस्तवर एक तरी ल्योक हुईल माझ्या पोराला.''

''हुईल हुईल. एकविसावं तरी पोरगं हुईलच.'' असं म्हणत माणूस हसत जातो. फुलाआत्तीच्या मनाला आतल्या आत विंचू झोंबतात. तिचं तोंड सुनेकडं वळतं. ''रांडंला नुसत्या पोरीच! काय माझं नशीब तरी! एकचा योक ल्योक. साता नवसानं झालेला. त्येच्या पोटाला ह्या औदसा. उद्या दाल्लं करून दिल्यावर माझ्या लेकाला वळखबी द्यायच्या न्हाईत. नोडेऽ, आता फुडच्या डावाला पोरगा झाला तर बरं; न्हाईतर सोडचिठ्ठी द्यायला लावून दुसरी बायकू करून देते लेकाला. सगळ्या ह्या भोरड्या बघून लोकं तोंडात श्याण घालत्यात माझ्या. माझ्या पोरानं न्हवरं तरी कुठलं आणायचं हुडकून? आधीच इदरकल्याणी जलमलंय आणि त्यात ह्या सगळ्या भवान्या. काय गंऽ बाई व्हायचं माझ्या पोराचं? कामाला हात लावत न्हाई; कशी लगनं व्हायची ह्यंची? तुझ्या ह्या रांडा, तुमची पोटं, बाळंतपणं बघून बघून हाडं वैकुंठाला गेली माझी. किती करू मी एकटीच? आणि कुणासाठी? याकबी पॉर न्हाई तुला.'' ... बोलू लागली म्हणजे फुलाआत्ती बोलते. कामावर राग काढते. आधीमधी आलेल्या पोरीच्या पाठीत धपाटा धापदिशी बसतो. मात्र दोन–चार कामं जास्त होतात.

सगळ्या गावाची बाळंतपणं करते. तिचा हात ह्या बाबतीत कोणी धरणार नाही. कितीतरी पोरांना तिनं जन्माला आणलं. भल्या पहाटे, अगर भल्या रात्री जरी हाक मारली तरी अर्ध्या घटकेत ती बटवा घेऊन बाहेर पडते. त्या कामाचा तिला कंटाळा नाही. तेवढंच लुगडं-चोळी तिला मिळतं. सुनेचं, तिचं, पोरींचं अंग सालभर झाकतं. कैक वर्षं झाली तरी हा उद्योग करते. ...पहिलटकरणीचा नवरा कधीमधी धावत येतो.

“फुलाआत्ती, बायकूच्या पोटात चावाय लागलंय.”

“सुठ आणि गूळ दे जा की मग! वाट सरकली असंल बघ तिची.”

“वाट न्हाई सरकली.”

“मग?”

“आता मग आणि आता. तुला बलवून आण म्हटलंय तिनं.”

“माझ्या भाड्या, कालचं पोर तू. मीच तुला जन्माला आणलं काल–परवा. तवर ह्यो घोटाळा करून ठेवलास व्हय? ...चल.” फुलाआत्ती जाते. इथं एक ढेंग तर तिथं एक ढेंग. गाडी लागत नाही नि घोडं लागत नाही.

कोणत्याही बाईला पोरगा झाला की तिचा जीव हरखतो. “आगं, पोरगा हाय गऽ शांते. वंसाचा योल चढला बाई तुझ्या घरावर.”

“फुलाआत्ती, तुमचा हातगुण हाय.”

“आगं, तुझ्या न्हवऱ्याचा गुण. तुझा गुण. माझा गुण कसला; डोंबलाचा! माझा हातगुण असता तर मला भराभरा नाती झाल्या असत्या? ...रांडा, डुकरिणीगत हाईत बघ. खाऊन दल-दुप्पट झाल्यात. तुझ्या पोरासाठी एक वडून आण म्हणं त्यातली. –आरं दत्त्या, च्या कर गाढवा. ल्योक झाला बघ.” आतनंच मोठ्यानं ओरडते आणि बाळंतिणीच्या दाल्ल्याला चहा करायला सांगते. पोराला अंघोळ घालून निरपून काढते. मग चहा पिऊन घराची वाट. दुसरी कामं.

सुनेचं सहावं बाळंतपण आलं होतं.

“तारा, आगं ऽ तारा” एकाएकी कालवा करत आमच्या घरात आली. आई वाकळ शिवत बसली होती.

“का हो फुलाव्हंजी?”

“आगं, माझ्या सुनंला येणा आल्यात. तेवढं बाळतपण करून दे चल बघू.”

“हो व्हया! गंमत करता व्हय माझी?”

“आगं न्हाई, खरंच चल.”

“जगाचं बाळतपण तुम्ही करतासा नि सुनंचं बाळतपण करायला मी येऊ व्हय? मला हो काय कळतंय त्यातलं?”

“आगं, चल तरी. माझ्या हाताला येशी न्हाई. सगळ्या पोरीच हुत्यात लेकाला. आता त्या सुनंचं तोंड मला बघवंना. तुझ्या तरी हाताला येश येतं का बघू या.”

शेवटी फुलाआत्तीला सहावीही नात झाली. आभाळ–पाताळ एक केलं.

घरावरच्या खापऱ्या उडीवल्या. केसं तोडून घेटली. सुनंला उगळून खाल्ली.

नव्याचं जुनं झालं नि सहाव्या नातीला जपत रामरगाडा सुरू झाला.

सुताराची राधी गरोदरपणात विहिरीत पडून मेली. दाल्ल्याच्या माराला कंटाळली होती. विहिरीतनं काढून तिला तपासायला पोटफाडीत आणलं होतं. सगळं गाव फुटलं होतं. फुलाआत्ती तिथं यायला चुकली नाही. सगळेजण कळवळत होते. राधीच्या नवऱ्याला शिव्या देत होते.

"माझ्या सुडक्या, काय म्हणून रं तिला मारलं असशील?" फुलाआत्तीनं तिच्या नवऱ्याला गाठलं.

"तिला नुसतीच मारली. तासणीनं पाठच तासून काढणार हुतो."

"काय म्हणायचं तुला आता!"

"बायकु लई वांड हुती, फुलाआत्ती. एक काम ऐकायची न्हाई." उभा राहिलेला राधीचा नवरा दगड होऊन बोलत होता. मढ्याचा कुजका वास आल्यावर अधून-मधून बाजूला थुंकत होता.

"पैलारूच हुती न्हवं का?"

"पैलारूच."

"माझ्या हांट्या, वंस तरी वाढला असता की तुझा!"

"न्हाई वाढंना तिकडं!"

"खुळंच हाय बघ हे." जवळ उभ्या असलेल्या तिसऱ्या माणसाला ती बोलली. "बघ बघ. डाक्टरानं तपासल्यावर त्येला इचारून तरी बघ पोरगा हुता का पोरगी हुती ते."

आसपासची माणसं हसली. "फुलाआत्ती, तुझं याक लुगडं-चोळी चुकलं वाटतं?" कुणीतरी त्या गर्दीत फटकळपणा केला.

"कोण रं त्यो सुडक्या?" म्हणत फुलाआत्तीही हसली.

गल्लीत कोणीही मेलं तरी त्याच्या घराकडं जाऊन आल्याशिवाय ती राहत नाही. तिथं जाते. आडवा पदर लावून रडते. तिला रडूही वेळच्या वेळी येतं. घटकाभर रडल्यावर घरच्या माणसांना समजावते. "जाऊ दे बाई. सोनं झालं त्येचं. देवाच्या सावलीखाली गेला आता त्यो. त्येला रडून रडून आडवी नदी का आणायची? आगं ऽ जगाची ही अशीच रीत हाय. नवी पानं थोरली व्हायच्या

वक्ताला जुनी पानं झडून जायचीच... रोज मी पाच-सात बाळंतपणं करते. एवढी जलमत्यात. मग एकदोन तरी हितनं उठून जाणारच. जोडा लेकाच्या पायाला आला की, बाऽचा भरवसा नाही म्हणायचं. त्येच्यात जीव अडकून ठेवायचा न्हाई. ...ऊठ बघू, चूळ भर.''

रडत रडत हे शहाणपण वाहत असतं. रडणारी माणसं गप बसत असतात. हुंदका आला की, पुन्हा रडतात. पुन्हा गप बसतात. घटका तास गेला की, फुलाआत्ती उठते. ''कामाला लागा आता. रडत बसू नका. गेलेलं माणूस काय परत येत न्हाई.'' असं सांगून बाहेर पडते.

साठ-पासष्ठ वर्षांची आहे. अजून खडखडीत. नव्या बैलगाडीगत. तिचे वडील शंभरीच्या आसपास होते. नवरा मेल्यावर ती एकचा एक पोरगा घेऊन वडिलांकडे आली होती. तिच्या वडिलांनी तिला एक बारकंसं घर बांधून दिलं होतं. त्यात ती राबून खात होती. व्यापार-टापार करत होती. वडील हातटेकीला आलेले. त्यांना तीन मुलगे! आणि ही एक मुलगी. तिघेही भाऊ आनंदाने बायकापोरांसह एका घरात राहत होते. हिला मात्र सवतं घर. नणंद-भावजांची भांडणं नकोत म्हणून!

वडिलांना दिसत नव्हतं. काठी धरून राहिले होते. आजारी आहेत की नाहीत काही कळायचं नाही. म्हातारपणाची सर्व काही लक्षणं दिसत होती.

एक दिवस परड्यात जाताना काठी घसरून पायरीवरनं खाली पडले आणि तिथंच त्यांचा प्राण गेला.

घरात हलकल्लोळ उडाला. सगळी माणसं जमली. फुलाआत्ती बाजारात गेली होती. धावत धावत सगळं गोळा करून घेऊन आली. ... रडून सरकदान केलं. सगळ्या आठवणी उसळून बाहेर आल्या.

दोन-तीन दिवस होऊन गेले. दाराच्या तोंडाला रस्त्यात फुलाआत्ती उभी होती. तिच्या वडिलांच्या वारगीचा तवन्नाप्पा वाणी उभा होता. ती सांगत होती : ''तवन्नाप्पाण्णा, माझ्या बाऽला झकास मराण आलं बघ. मला त्येची लई काळजी वाटत हुती. हाल हुतंय का काय की असं वाटायचं. पर माझा बाऽ वाळला खडखडीत मेला. हातरुणात पडणं न्हाई, हागणं न्हाई, मुतणं न्हाई, समदं त्येचा त्यो करत हुता. ... दोन वक्ताला ताककण्या तेवढ्या कालवून द्याव्या लागायच्या,

एवढंच! माझ्या बाऽनं चौथा ल्योक म्हणून मला राखला गा. मला सवतं घर दिलं. पोराचं लगीन करून दिलं. रांड–मुंड बायकू मी. ना दाल्ला, ना जमीन. पोरगं याक इदरकल्याणी. कोण देणार त्येला बायकू? उगच माझा बाऽहुता म्हणून समदं झालं. नडल्या-कडल्या वक्ताला मूठपसा दिला. हुता तवर राबायला हुश्शी हुती. कुणाचं भ्या वाटत न्हवतं. ...व्हगाडलं समदं आता. मरतानं त्येची एक इच्छा माझ्या हातानं पुरी झाली न्हाई. "नातू नातू" म्हणून मेला. माझ्या पोराला एखादा ल्योक असता तर त्येला साकडं पडलं नसतं..."

सून सातव्यांदा गरोदर होती. खंगून खंगून तोळा-मासा उरली होती. सगळीकडनं उगळली होती. फक्त पोट तेवढं ढीगभर उरलं होतं. तिन्हीकडून तिघेजण खात होते. नवरा मनात आल्यावर भूक भागवण्यासाठी पोटभर लाथा घालत होता. फुलाआत्तीनं आपलं तोंड संपूर्ण सोडलं होतं. उलथी-पालथी करून तव्यावर भाजल्यागत करत होती. पाच-सहा पोरीतर एक वक्तालाही धड जेवू देत नव्हत्या. एक रडायचं तर दुसरं प्यायचं. तिसरं 'पाणी घाल ये' म्हणून उंबऱ्यात बसून आरडायचं. चौथ्यानं गाडगं नाहीतर झाकणी आपटून फोडलेली असायची. सुनेला त्या वेळी सासूचं नुसतं डोळं दिसायचं. आतल्या आत मनाला कोरून खायची. अवघडलेलं पोट घेऊन हिकडनं तिकडं हिंडायची.

फुलाआत्तीचे वडील वारल्यावर तीन महिन्यांनी बाळंतपण आलं. फुलाआत्ती आईकडं आली.

"तारा, सुनंला येणा यायला लागल्यात."

"आता मी कशाला येऊ फुलाव्हंजी? मागच्या डावाला बघिटलंसा न्हवं?"

"एवढ्या डावाला चल."

"तुम्हीच करा जावा आता. देवाच्या मनात आल्याबिगार पोरगा हुणार हाय व्हय? आणि मला त्या बाळतपणातलं तरी कुठं कळतंय?"

"न्हाई कळंना. मी सांगते चल. खरं एवढ्या डावाला तुझा आणखी एकदा हातगुण बघायचा."

आई गेली. सुनेला बाळंतपण कुचंबलं. दोघींनी मिळून केलं.

पण ह्या वेळी फुलाआत्तीला नातू झाला. सून मुलाला जन्म देऊन टाकलेल्या

टरफलासारखी बाजूला बसली आणि फुलाआत्तीचीच घरातनं गडबड उडाली. ... मला नातू झाला! माझ्या लेकाला ल्योक झाला! तिचा जीव सुपाएवढा झाला. सुनेला तशीच मिठी मारून ती घळाघळा रडली.

''लई छळली बाई मी तुला. आता सुखानं बसून खा.'' सून हुंदके देऊन गरगरून रडली.

पोराला पहिली अंघोळ घालता घालता आईला फुलाआत्ती म्हणाली : ''तारा, पोराला माझ्या बाऽचं नांव ठिवायचं–माझा बा ऽ माझ्या सुनंच्या पोटाला आलाय. त्येला माझ्या सुनंची कळकळ आली. ...तारा, माझ्या सुनंला गेली आठ नऊ वरसं मी फोडून खाल्ली गं! वाळल्या गवतागत झालीया. जळ्ळं देवानं तोंड एक असलं दिलंय मला.''

■

भाडेकरू दत्तू

दत्तूमाचं घर दत्तूमाच्या नशिबागत गल्लीतनं उठून लांब जाऊन बसलंय. अंधाऱ्या बोळाच्या पलीकडच्या टोकाला. बोळात बघितलं की, मनात मळमळल्यागत होतं. दोन्ही बाजूंनी गटारीत काळं काळं घाण पाणी तुंबून किडलेलं आहे. तेथून जाताना वसकन नाकात वास घुसतो. माणूस पचकन कुठंतरी थुंकतो. रातचं त्या बोळातून गुडघ्याच्यावर पाय उचलून टाकत गेलं तर बरं; नाहीतर पायाचं एकादं बोट ठेच लागून भेंडीवाणी चिंबतं. एक एक दगड चांगला आढीच्या भोपळयाएवढा वाटेत पडलेला. तसल्यात त्या बोळातली राधाकाकू, कमळाका, साऊआजी, रकमामावशी यांची जळणाची तिरडी भिंतीकडला पडलेली असतात. उसांची खोडवी, तंबाखूचं आणि जोंधळ्याचं सड ढिगानं ठेवलेले आहेत. भर उनाचं ते ह्या बायका वाटेवर पसरतात आणि 'हूं' म्हणून दोन-दोन तास त्या सडाखोडव्यांची माती ठेंग्यांनी बडवून झाडत बसतात. साऊआजीचं दार पानाच्या थुंकीनं तांबडंभडक झालेलं असतं. गोधाकाकू तर सकाळी खरकट्या पाण्याचा कुंडला वाटेवरच गडबडीत ओतून आत जाते. तिच्या दाराम्होरं लाख माशी घोंगावते. तसल्यात घाण्याची सुगी असली तर मग बघायलाच नको. जेवढा म्हणून ऊस खातील तेवढ्या चिमक्या वळचणीकडंला वाळत पडलेल्या असतात. मग माशांची फौजच्या फौज हिकडून तिकडं उडते. त्यात पुन्हा सगळे आपापल्या भिंतीकडंला लघवी करतात. त्यामुळं सारखं घणत असतं.

... ही वाट दत्तूमाच्या पायांत जन्मभर अडकलेली आहे.

घरात डोकावून बघितलं की, सगळं ‘भगाट भाँडऽ’ दिसतं. आज दोन-चार वर्षं झाली, दत्तूमाचं घर आढं मोडून पडलेलं आहे. अजून ते बांधायला दत्तूमाचा हात लागलेला नाही. घरात एका खणापुरता कडब्याचा कूड घालून वर वासे लावून घेटले आहेत. त्यात दत्तूमा, दत्तूमाची बायको आणि दोन पोरं, शिवाय एक शेरडू राहतात.

दत्तूमा गाईगत आहे. कुणाचं एक नाही, दोन नाही; तो भला आणि त्याचं काम भलं. गावात कधी बिनकामाचा तो दिसायचा नाही. तिकटीवर पान–तंबाखू करणाऱ्या लोकांत कधी उठाय–बसायचा नाही. गल्लीत इतक्या भानगडी; पण दत्तूमाचा मणी त्यात कुणी कधी ओवलेला नाही. निदान लांब राहून काय चाललंय हेसुद्धा बघायची त्याला बुद्धी होत नाही. “चालू दे त्येच्या भनी, कामं नसली म्हंजे असली सोंगं करत बसत्यात झालं.” असं त्याचं बोलणं.

गावात तीन दिवस दांडगा गैबीचा उरूस भरतो. सगळ्या फाट्याला तो म्हाजूर आहे. पण त्यानं तिकडं ढुंकूनसुद्धा कधी बघितलं नाही. नायकिणी देवापुढं नाचतात. जलसं–तमाश्याचं फड सगळीकडं पडलेले असतात. सरत्या दिवशी दारुच्या आतषबाजीची आरास असते. सगळी मजा मजा असते.

“चल की गा दत्तूमा, वाईच योक हेलपाटा घालून येऊ या.” असं कुणी त्याला म्हटलं की, “जाऊ दे त्येच्या भनी. पदरचं पैसं देऊन डोळं तराटून घेऊन यायचं. धक्कं खायचं, भांडणं... बाराबत्तर सगळं!” दत्तूमा तिटकारून बोलतो. माणूस मग पुन्हा त्याला विनवत बसत नाही. दिवसाही तो कधी बघायला म्हणून फिरकत नाही. घुमटाच्या माळाला गाड्यांच्या शर्यती असल्या म्हणजे तर सारं आसपासचं खेडं फुटतं. शेकड्यांनी गाड्या सुटतात. बघायला आलेल्याही तशाच. रोजगारी, शेतकरी सगळं गाव झाडून बघायला येतं. पण दत्तूमा औषधाला हुडकीन म्हटलं तर किर्र दाटणीत मिळायचा नाही.

एवढं घाम गळ्याला येईपर्यंत कामं करूनही तो कमरेला चार पैसे बाळगून नाही. सदा ‘कुत्तर-ओढ’च असते. आगलीवर बसून बसून कमरेचं पंजी ढुंगणावर फाटलेलं असतं. शिवणीवर शिवणी आणि त्यावर बोटाबोटाला गाठ मारलेली

असते. चार खिशांचं अंगात जाकीट; त्यालाही कधी साबण–सोड्यानं शिवलेलं नसतं. चार माणसं तिकटीवर जमलेली असली आणि तो वाटेनं चालला असला तर त्याला लोक तंबाखू ओढायला मुद्दाम बोलावतात. दत्तूमा, ''न्हाई गा, जरा गडबडीत हाय. जातो,'' म्हणून कडेनं जात असतो. त्या वेळी एखादा बेंडील माणूस त्याचा पटका हिसकावून घेतो. चार जणांत त्याचं तिडं उलगडतो, ''ह्यो तुकडा आज चार सालचा. ह्यो तुकडा आज तीन सालचा; तवा ह्यो जरा धडसा दिसतोय आणि ह्यो बराच धडसा तुकडा गेल्या सालचा.'' असं म्हणून दत्तूमानं डोक्याला 'पटका' म्हणून गुंडाळलेलं काखवाव लांबीचं तीन तुकडं तो माणूस तिन्हीकडं टाकतो. लोक हसतात. कुणी जरा जास्तच टरकावून, ''बरोबर चार तुकडं असू देत गा दत्तूमा.'' असं बोलतो. कुणी चिलमीच्या छापीला म्हणून मुंडा हात चिंधूक फाडून घेतो. दत्तूमा त्या वेळी फारशी हालचाल करत नाही. ''गप बसा की मरदा हो. तुमच्यावाणी मला बापाघरचं वतन न्हाई. भाडंकरू माणूस मी. हातावर संसार झेपावा लागतोय मला चौघा जनांचा.'' असं म्हणून पैस पडलेला पटका गोळा करून डोक्याला आवळत तो निघून जातो.

दुसऱ्यांच्या मळ्याच्या आसऱ्यानं आपले बैल, औत, अवजारं ठेवतो. त्याची वसती एका मळ्यात अशी कधी नसते. बाळंत झालेल्या मांजरिणीगत वर्षांतून सतरा जागी त्याचं आणि त्याच्या बैलांचं 'रास्टान' पडतं. घरात बैल बांधायला जागा नसल्यामुळं कुणाच्यातरी मळ्यात धावेकडेला खोपीच्या जवळ किंवा एखाद्या रुंदट फांद्यांच्या आंब्याबुडी त्याला रास्टानासाठी जागा मिळते. गाडीत घालून आणलेला मांडव तो तिथं उतरतो. चारीकडं चार नाळं तिथलीच पहार घेऊन पाडली, की मांडवाचा सांगाडा तयार. त्यावर मग डंगरी कडब्याच्या, बैलांच्या बिन-लागी असलेल्या पेंढ्या पातळ पसरून टाकतो. पांजरण कमीच आलं तर बांधाची घाणेरी, मेसाच्या पालेदार तान्या कापून वर टाकल्या की बैलांना सावली होते. गुऱ्हाळ-घाण्याच्या मोसमात कुणाच्या फडात जाऊन चार भारे उसाचा पाला आणलेला असतो. तो पावसाळ्यात पातळ, पानाला पान, मांडवावर आंथरला की, मांडवाची शाकारणी झाली. पावसाचा एक थेंब दोन जागी होतो. एवढाच त्या पाल्याचा फायदा. कधी झिम पाऊस लागलेला असला तर दत्तूमा, ''आजची रात माझीबी बैलं तुझ्या आसऱ्याला राहू द्यात गा. लईच काकडल्यात. जरा म्हातारी हाईत. कायतरी हुईल त्येच्या भनं.'' असं म्हणून शेतकऱ्याच्या खोपीत बैल बांधतो. तेवढीच रात निघून जाते. झाडाबुडी मांडव असला तर जरा पाऊस कमी लागतो. उघड्यावर असला तर मग बैलं

पावसात असल्यागत होतात. शेतकऱ्यासंगं वादं आलं, शेतकऱ्याला अडचण होऊ लागली, त्रास होऊ लागला की, त्याला हे 'रास्टान' उचलावं लागतं. मग दुसरा मळा!

चारीही बाजूंनी मांडवाला उन्हाळ्यात कूड नसतो. पावसाळ्यात पावसाच्या तोंडाला तेवढी एखादी झडी करून लावलेली असते. वाऱ्यानं मांडव इकडंतिकडं हलतो. त्यात एक-एकच खुंट्याला एक-एक बैल बांधलेला असतो. दोन खुंट्यांशिवाय तिसरा खुंटा कधी रोवला नाही. कधी त्याला खुंट्याला लाकूड मिळत नाही. सतरा जणांच्या मिणत्या करून हे दोन खुंटे मिळविलेले असतात. खुंटा कधी कुजून मोडला तर त्याच जाग्याला तोच खुंटा त्याला रोवावा लागतो. पण सहसा तो कधी मोडत नाही. कारण खुंटा मोडण्याजोगी बैलंच कधी नेटकी नसतात.

हाडांच्या सांगाड्यावर कातडी पांघरलेली ही बैलं मांडवात एक-एक चिपाड पेंगत फोडतात. तासानं एकदा तोंड हलवितात. त्यांच्यावर कधी ताव नसतो. कधी डोळे दारू प्याल्यागत तरतरीत नसतात. लिचड्यांनी भरलेले असतात. अंगावरच्या माशा उडविण्यापुरतेही कान हलत नाहीत. मानेची पोळी ताबवांनी मूट झालेली असते. पुढ्यात फिरून फिरून तीच टाकलेली थाटं पडलेली असतात. गवत-कडब्याची चांगली वैरण सणाला मिळाल्यागत त्या बैलांना मिळते. तोंडात एकही दात नसल्यामुळं आणि वैरण अशा तऱ्हेची असल्यामुळं बैलांच्या पोटाच्या पोळ्या झालेल्या असतात.

शेणं भरली, पाण्याच्या दोन बारड्या पुढं ठेवल्या, दावणीतली चिपाडं काढून बिंडं बांधून ठेवली की, दत्तूमा औताला जाण्यासाठी बैल सोडतो. सतरा सालं वापरून वापरून किडून घोळ झालेल्या नांगराचं इसाड चिंबलेलं असतं. दात हललेला असतो. त्याला दोऱ्यावर दोऱ्या चापून बांधलेल्या असतात. जूं कधी असतं, कधी मोडलेलं असतं. कधी कुणाचं मागून आणलेलं असतं-असला नांगर. तो मोकं मोडलेल्या, धावा निखळत आलेल्या, दांडी पिचकलेल्या गाडीत दत्तूमा चढवितो. वाखाच्या सापत्या जुवाला बांधतो. अन् बैलांच्या खांद्यावर ते ठेवतो. बैलांना सुरा ठेवल्यागत होतं. त्यांना वेसणी कधी घाटलेल्या नसतात. त्यांची गरजच नसते. म्होरक्यांना कासरा लावून दत्तूमा बैलांना गाडीच्या पुढं होऊन ओढतो. सहसा तो गाडीत बसत नाही. बैलांचाही तेवढाच भार कमी होतो. शिवाय सापती तुटते, कासरा तुटतो, धाव जास्तच हलते, काहीतरी निखळून

पडतं; मग त्यासाठी पुन:पुन्हा उतरण्याचा त्रासही वाचतो.

दत्तूमाला रोजावारी काम कोणी देत नाही. कारण ते अंगलट येतं. बैल तासानं पाऊल उचलत असतो. मग एक दिवसाच्या कामाला दोन दिवसही पुरे होत नाहीत. अधेमधे बैल उठवणीला येतात. औत खोळंबतं. काहीतरी मोडतोड होते. मग रोजानं काम कोण देणार? खंडातच काम घेटलं म्हणजे बरं पडतं. त्यालाही कुणाचा जाच नसतो. बैलांच्या कलानुसार रिगीरिगी औत चालतं. खोळंबा होतो, इस्वाटा घेता येतो. रोजगाराला सदा तो एकटाच असतो. त्याच्याबरोबर कुणाचे बैल नसतात किंवा तो कुणाच्या बैलांत आपले बैल घेऊन जात नाही. अशा बैलांना खंडाच्या कामास घेटल्यावर सारं काम बाकीच्या बैलांवरच पडतं. म्हणून दत्तूमाला सारे भाडेकरू वगळून टाकतात.

''ये गा; तंबाखू खा. ये.'' वाटेनं चाललेल्या एकाद्या साळूसोबत्याला दत्तूमा हाक मारतो. त्या वेळी बैलं दमलेली असतात. त्यांना पुढं पाऊल उचलत नसतं. तोंडं फेसाळलेली असतात. नाकपुड्या भात्यागत बारीक-मोठ्या होत असतात. दत्तूमा अशा वेळी बराच वेळ बोलत बसतो : ''अं ऽऽ वैरण देशील का बिंडाभर? आज ठारच वैरण न्हाईगा बैलांस्नी.'' शेवटाला असं बोलणं कधी कधी काढतो. आलेला माणूस पान खाऊन मिंधा झालेला असतो. ''न्हाई गा दत्तूमा, माझ्याच ढोरांस्नी वैरण न्हाई महिना झाला.'' मग दत्तूमा कानमानत म्हणतो :

''जरा दे की गा. बैलांच्या फुडली चिपाडं एक भाराभर दे. मी का रोज रोज मागणार हाय व्हय तुझ्याकडं?'' बोलणं लांबतं. मग त्या माणसाला नाही म्हणवत नाही.

''बरं, मग जरा किनीट पडताना ये.'' तो बैलांकडं बघून म्हणतो.

माणूस निघून जातो. औत जाग्यासनं हालतं. बैलांच्या पाठीत बिनवादीचा लंडका चाबूक 'धपाक् धपाक्' करत पडतो.

पावसाळ्याच्या टिपणाला त्याच्या बैलांचे वैरणीकडनं फार हाल होतात. कधी बैल आटपतो. दत्तूमाला अशा दिवसांत फार हुरहुर लागलेली असते. ... जवळ वैरणीची काडी नाही. बैल तर लईच डेंगत चाललाय; काय करावं सुचत नाही. अखेरीस शेवटचा उपाय म्हणून रातचं-इरंच विळा-दोरी घेऊन वैरणीसाठी बाहेर पडावं लागतं.

दत्तूमाचे बैल मगदुमाच्या मळ्यात होते. तिथं त्यानं 'रास्टान' केलं होतं. निवळ आभाळाची रात होती. चांद दोन–तीन कासरं वर आलेला. ठळक ठळक चांदण्या तेवढ्या आभाळात मिचकत होत्या. सगळं शिवार चांदण्यानं निवळ निवळ झालेलं होतं. बऱ्याच लांबवरचं डोळ्यांना दिसत होतं. माळाच्या ओघळीत कोल्ही ओरडत होती. चौगुल्याच्या खोबरी आंब्यावरनं घुबडांचा आवाज चोहीकडं पसरत होता. रातकिडं बाभळींवर सूर धरून किर्र किर्र करत होतं. उसांचे बारके फड विचार करणाऱ्या माणसांगत गुमान, बिनपान हलविता बसलेले होते. झाडांच्या काळ्या कलप सावल्या फोटवातल्या डोळं पसरून बघणाऱ्या मुलागत भासत होत्या. काळ्या वावरांतलं सडांचं आरं, तंबाखूचं खुडं वाढलेलं सड चोरून बसल्यागत दिसत होतं. सगळं शिवार एक पाय उचलून पुढं टाकायच्या बेतात गप्पगार उभं आहे असं वाटे. बरीच रात उलटली होती.

"ओढ्याच्या तसरीनं झाडांच्या सावल्यासावल्यांतनं दत्तूमा वाट चालत होता. ओढ्याच्या कडंला जंगमाच्या खोपीतलं कुतरं त्याला भुंकत होतं. तो गुमानच सावलीत घुसून जाऊ लागला. घटकाघटकाभर झाडात थांबून बाहेर येऊ लागला. त्याचा रोख म्हादबा कारदगेकराच्या मळ्याकडं होता. कुतरं भुंकताना म्हादबा बाहेर येऊन बघत होता. त्याची खोप धावेवर आहे. धावेच्या दोन्ही बाजूला दोन झाडं आहेत. एक आंब्याचं नि दुसरं उंबराचं. म्हादबानं आंब्याबुडी राहून दत्तूमाला न्याहाळलं. दत्तूमाच्या अंगावर घोंगड्याच्या पटकुराची खोळ होती. दोरीनं डोक्यासंगं गच्च बांधलेली.

घटकाभर दत्तूमा उसाकडंला उभा राहिला. त्यानं सगळीकडची चाहूल घेटली आणि हळूहळू वैरणीच्या गंजीकडं पावलं चालू ठेवली. म्हादबा ते बघतच होता. म्हादबा भलता खवीस माणूस. तो काहीच बोलला नाही. दत्तूमानं विळ्यानं गवत-कडब्याच्या पेंढ्या हळूहळू काढून दोरीवर घाटल्या. बराच दांडगा भारा बांधला. विळा भाऱ्यात खोवून भारा उभा केला. पाठ भाऱ्याला लावली. पण भारा पाठीवर घेता येईना. तो कुचंबू लागला. पुन:पुन्हा उलटा-सुलटा करून डोकीवर घेऊ लागला. म्हादबाला हासू आवरत नव्हतं. तोंड दाबून धरून तो गप्पच बसला होता. दत्तूमानं शेवटाला खच्चाटून भारा उचलला, डोक्यावर घेटला आणि चोहीकडं नजर टाकली. पुढं बघून तो पाऊल उचलत होता. भारा डोक्यावर बसल्यामुळं पाऊल जवळ जवळ पडत होतं. जुंपणीभर लांब दत्तूमा गेला आणि त्याच्या कमरेत पेटात पेट अशा दोन काड्या बसल्या. "मेलो गाऽऽ" करून त्यानं भारा खाली टाकला. आणि जमिनीवर पडला.

"मारू नको म्हादबा, पाया पडतो मी तुझ्या. पेकाट मोडलं गा माझं. श्यान खाल्लं मी–" दत्तूमा गयावया करून बोलू लागला.

म्हादबानं दोनच काठ्यांत त्याची बेगमी केली होती. त्याला जागेवरून हलता येईना. पन्नाशी उलटून गेलेली. अर्धा-निम्मा म्हातारा माणूस तो. "माझ्या जलमावर मुतलं कुतरंऽऽ" असं म्हणत तिथंच बसला. कण्हत कण्हत रडू लागला; "म्हादबा, वैरण नव्हती गा ढोरांस्नी. काय मिळालं तुला मला काठ्या मारून? अदुगर सांगिटलं असतंस, दंडाला धरलं असतंस तर हजार डाव तुझी म्या माफी मागिटली असती. आता कसं जाऊ मळ्याकडं? हितंच मरतो आता. घाल आनीक दोन काठ्या. देवाऽऽ!" दत्तूमा विव्हळत होता. म्हादबाला काय सुचंना. त्यानं जंगमाच्या शंकरआण्णाला हाक मारली.

सगळा प्रकार बघून शंकरआण्णाचं काळीज हललं. त्यानं म्हादबाला चार शिव्या हासडल्या. जवळच पडलेला भारा दोन-तीन खेपा करून त्यानं म्हादबाच्या गंजीपुढं टाकला. दत्तूमाला पाठकुळीवरून त्याच्या मांडवात नेलं. आपल्या इथली वैरण दोन कवळं बांधून त्याच्या बैलांना नेऊन टाकली.

दत्तूमा पुढं आठ दिवस अधू होता. त्याला कुठं रोजगाराला जाता आलं नाही. बैलं तारताळ्या देत जाग्याला पडली. दत्तूमा घरात कंबर शेकत पडला. पोरं येऊन मूठ-पसा बैलाला वैरण टाकत होती. शेणं भरत होती. बैलाला पाणी पाजत होती. किनीट पडायला घरी जात होती. मगदूम पोरांना रोज शिव्या देत होता; "हितनं आता रास्टान उचला म्हणावं तुमच्या बाऽला. चोरट्या कुळांस्नी थारा देऊन भागणार न्हाई. बैलं चार दिसांच्या आत नेलीसा तर बरं; न्हाईतर खालतं सांगावाकडं तानून देईन म्हणून सांगा." पोरं हे रोज येऊन बाऽला सांगत होती. दत्तूमाला हळूहळू चालता येऊ लागलं.

दोन दिवसांच्या आत त्यानं बैलं गावात आणली. आता त्याला मळ्यात कोणी थारा द्यायला तयार नव्हतं. कुठं मांडव घालावा या चितागतीत तो होता. एक दिवस आमच्या आईकडं काठी टेकत आला.

"ताराबाई, पाय धरतो मी तुझं. मला मांडव घालाय तेवढी परड्यात जागा दे. चोरी करून झक मारली बाई म्या. कोन थारा देईना मला. जागा दिलीस तर लई

उपकार हुतील बघ. बैलं कुठं बांधायची पच्यातच पडलीया.''

त्यानं एकदम आईपाशी अशी गळ घाटली. आईला नाही म्हणवेना. ''बघते त्यांस्नी इचारून. त्येंनी हूं म्हटलं तर मग घाला मांडव.''

''त्येंच्याकडं काय न्हाई. तू हूं म्हटल्यावर त्यो न्हाई म्हणायचा नाही. समदं तुझ्याच हातात हाय.'' आईची जबाबदारी त्याला ठाऊक होती. आईनं होकार दिला. दादांचा होकार घेटला. परड्यात काही चोरीचं भय नव्हतं. आमची बैलं, वैरणी, सगळ्या गोष्टी मळ्यात होत्या. दत्तूमानं परड्यात मांडव घाटला.

झिम् पाऊस बसलेला. पावळण्या गळायला घटकेचाही सांदा नव्हता. माणूस कोणी बाहेर पडत नव्हतं. दिसानं तोंड दाखवून जवळजवळ महिना होत आला होता. काळं काळं करंद ढग भरल्या मोटेगत सारखे गळत होते. भांगलणी, खुरपणी सगळ्या थांबल्या होत्या. ढोरांना वैरण आणण्यापुरतं माणूस बाहेर पडायचं. भिजून काला होऊन डोक्यावरचा भारा भिजवत, पाणी निथळत घरात आणायचं. काकडून चुलीपुढं बसायचं. असं सगळं चाललं होतं.

दत्तूमानं एक बैल विकला होता आणि दुसरा एक कमी किमतीत घेटला होता. त्याचा 'छापीव' बैल कायमचा असतो. त्याला कधी कोण विकत घेत नाही. त्याच्या पाठीवर अशा काही विचित्र रीतीनं डागलेलं आहे की इंग्रजी आठ, उघडी कातरी, अशा आकृती त्याच्यावर आहेत. शेपूट तुटलेली आहे. म्हणून लोक त्या बैलाला 'छापीव बैल' म्हणतात. दत्तूमा म्हणतो : ''कामाला नागावाणी हाय गा ते. अंगाला चाबूक लावून घेत न्हाई.''

दुसरा बैल कायम असा कधी असत नाही. वरचेवर तो बदलत असतो.

महिन्यापूर्वी त्यानं बैल बदलून आणला होता. बैल झिंगरा होता. कशानं तरी टोकरल्यागत डोळे आत गेले होते. तोंडात एकही दात नसावा. मुठकी शिंगं, फेगडे पाय, उंचीला काटाकटी, असं त्याचं रूप बघूनच कुणीतरी विकला होता. शिवाय तो वय झालेला बैल. आता बसून खायाचं त्याचं दिवस होतं; पण खाटकाला विकायला म्हणून कुणीतरी शेतकऱ्यानं त्याला बाजार दाखवला होता. बैलाची पुण्याई थोर म्हणून दत्तूमाच्या पदरात तो पडला होता. नाहीतर कातडं रंगवून

येदाळला त्याची मोटही झाली असती.

चार वाजायचं टिपण हुतं. हिरा परड्यातून धावत आली. "दादा गा, दत्तूमाचा बैल मांडवात टाचा घासाय लागलाय." गडबडीनं ती सांगू लागली.

बैल पाच-सहा दिवस आजारीच हुता. आठवड्यात त्यानं वैरणीला हुंगलंही नव्हतं.

"दत्तूमाचं कोण न्हाई काय त्येच्या जवळ?" मी विचारलं.
"न्हाईबा!"

मी दत्तूमाच्या घराकडं गेलो. परळात पाणी घेऊन तो साध्या कातरीनं हजामत करत होता. काळा कुळकुळीत परळ आणि त्यात पाणी! त्याचा आरशासारखा उपयोग होत होता. मधूनमधून तो त्यात बघायचा आणि चुकून डोक्यावर राहिलेले केस डाव्या हाताने धरून उजव्या हाताने त्यावर कातरी चालवायचा. ही नेहमीची हजामत करण्याची त्याची पद्धत होती. सारं गाव ह्यापायी त्याला नावं ठेवायचं; पण त्याचा आहे तो टकोबाला सुटत नव्हता. तेवढेच दोन आणे पानसुपारीला होत होते.

"दत्तूमा, बैल टाचा घासाय लागलाय!" दारातोंडाला जाताच मी सांगितलं.

"टाचा घासाय् लागलाय्?" दत्तूमानं उलट विचारलं. मी होकार दिला. त्यानं कातरी-परळ बाजूला ठेवला; "आता तिकडनंच येऊन मी हजामत करत हुतो. इच्या भनी लगीच काय गा झालं त्याला?"
तो बोडकाच मांडवाकडं आला.

बैलाची बरीच उस्तवारी केली. तेलात कसलंतरी औषध कालवून दोन-चार घोट दिले. तोंडात गवताचा घास कोंबून त्याला थोडी हुशारी आणली. बैल उठून बसला. दिवसानं बुडायसाठी पाय सोडलेले ढगातून दिसत होते. दत्तूमा त्या वेळी बैलाजवळच बसून होता.

सकाळ झालेली होती. पाऊस चिटचिट पडतच होता. दत्तूमा बैलाच्या पुढ्यात बसला होता. त्याच्या उजव्या हातात गवताची मूठ दुभती केलेली

होती. बैलानं चारी पाय तणावले होते. लांबसडक पडलेला होता. मुंग्या अंगावरून फिरत होत्या. दोन्ही कानांत घुसत होत्या. पुन्हा बाहेर पडत होत्या. बैल चांदणी उगवायच्या टिपणाला आटपला होता. दत्तूमाची बायको आणि पोरं जवळच उभी होती.

जवळच्या शेंडातून मांगं येताना दिसली. दोन वासे त्यांच्या खांद्यावर होते. काहीतरी हसण्याजोगं ती बोलत होती. दोऱ्यांच्या कोपऱ्या त्यांच्या काखंत दिसत होत्या. बरीच गर्दी बैलाभोवती जमली. शेजारचा पांडू सणगर उघडाच आलेला होता. नेसलेल्या धोतराच्या एका शेवटाची भाल त्यानं मारली होती.

"कवा घेटलं होतंस गा हे, दत्तूमा?"

दत्तूमाची मान हळूच वर वळली. त्याच्या तोंडावर उदासतेची छाया पसरलेली होती. अगदी खालच्या आवाजात तो म्हणाला : "महिनाबी झाला न्हाई अजून."

"केवढ्याला घेटला हुतास?"

"तीन इसा पाच रुपय."

"आणि ते जुनं बैल का इकलंस? ह्येच्यापरास ताठर हुतं की ते."

"वैरणीची टंचाई आली हुती गा; म्हणून त्येला इकून काढला."

"मग ह्येला वैरण घालायं लागत न्हाई?"

पांडू सणगरानं तसल्या स्थितीतही त्याला छेडलं.

"वैरण घालाय लागती; पर जुना बैल इकला तीन इसा पंधरा रुपयाला आन् ह्यो घेटला तीन इसा पाच रुपयाला. आन् उरलेल्या धा रुपयाची वैरण घेटली— वैरण असती म्हंजी मी कशाला ही उठाठेव करून पैसं पाण्यात घाटलं असतं?" दत्तूमानं आपला हिशेब सांगिटला.

मांगांनी बैलाची मोटकुळी केली. त्याचे चारी पाय बांधून त्यात वासे घाटले. बैलाचं दावं सोडून टाकलं. सगळ्यांनी हूंऽ म्हणून बैल उचलला.

कुणाच्या खांद्याला रुतलं. "आरं मेलो मेलो! जरा खाली ठिवा."

"चल चल, मरतूस कशानं? जीव न्हाई अंगात?" दुसरा मांग.

"फरा योक न्हे म्हणं चढ. जरा जोर येईल उद्याला ह्यो छापीव बैल न्यायला," तिसरा म्हणाला. सगळी मांगं खो खो हसत होती.

बैल वाटेनं नेऊ लागताना दत्तूमा दोन पावलं पुढं जाऊन म्हणाला : "कातड्यातलं निम्मं पैसं मला द्यायला पायजेत गा." कानांवर वळवळणाऱ्या पटक्याच्या चिंध्या त्यानं वर खोवल्या.

■

पोरका दिन्या

चोखून चोखून आंब्याची कोय उकिरड्यावर टाकावी, तिला शेणाचं खत मिळावं, खरकट्या पाण्याची ओल चिकटावी आणि हवा खाऊन ती वाढावी, तिथंच जगावी, उकिरड्याचे उपकार मानावे. ...न मरता दिन्या असाच जगला आमच्या इथं!

चिखल थापून 'शिराळशेटा'चं अंग घडवतात तसं काळं, ओबडधोबड अंग. नाकापाशी चिखलाचा मुकटी चिकटवल्यागत वाटतं. तोंडाचा चिखल ओला असताना पुन्हा किवचला असावा, असा भास होतो. पायांकडं पाहिलं तर वर वडाच्या झाडासारखा माणूस असावा असं वाटंल. दिन्या गिड्डा आहे. पण भरपूर रुंदाटा. खायलाही फारसं मिळत नाही. कण्या-भाकरी-आमटी. कधी ताकाचं पाणी. एखाद-दुसऱ्या दिवशी घासभर भात. पण अंगाचा पिंड दगडात कोरून काढलेल्या पुतळ्यागत!

पाच-सात वर्षांचा असल्यापासून तो ढोरं राखायला आहे. आता बारा-तेरा वर्षांचा झाला आहे. ढोरं सुटली, पाण्याची दारं आली. चांदणी उगवायला उठायचं. थंडी असू दे, नाही तर पाऊस असू दे. उठण्यात चूक नाही. ढोरांची शेणं भरतो. ऊंऽ करत शेणाची बुट्टी उचलतो. कुथत कुथत नेऊन टाकतो. हे सगळं जनावरांच्यासंगं बोलत : "आयला! सोन्या, किती हगशील? माझ्या पोटात वाट येतीया. ...एऽ बैल, सर मागं. पायाखालची चिपाडं काढायची हाईत गा. सर म्हणतो तर. अं ऽ दणका बसल्याबगार सरकणार न्हाईस तू. ...आयला! भाराभाराभर हितंच बसून गवतं खात्यात. हितंच पू घालत्यात. जरा जाईत जावा की वड्याला, न्हाई तर माळाला." नेहमीचं बोलणं असल्यामुळं

तिकडे कोणी ध्यान देत नाही.

पण कधीकधी; ''मेलो मेलो मेलो ऽ. बाळ्या ऽ बाळ्या हा ऽ.'' करतो.

''काय झालं रं दिन्या?'' गणपा (थोरला गडी) खोपीतनं विचारतो.

''काय न्हाईऽऽ.''

''मग का इव्हळाय लागलाईस?''

''आयला! बाळ्यानं पाय तुडवला. बेनं, आडमापच हाय. कुणीकडंबी सरकतंय न् कुणीकडंबी वळतंय.''

''साल्या, रोज कसा बैल पाय तुडवतोय? जरा बेतानं कामं करत जा. उगंच बैलांच्या मधीमधी घुसत जाऊ नगं.''

ही सदाचीच धांदल. बैलाला वैरण घालत असताना त्याला पाठीमागनं दुसऱ्या बैलानं शिंग मारलेलं असतं. शेणाची बुट्टी नेताना चढतीवर पायाखालचा खडा निसटून सपशेल कमरेवर आदळलेला असतो. गवताला गेला की, बोट तरी कापलेलं असतं; नाही तर पायात काटा मोडून घेऊन येतो. पाण्याची दारं मोडताना कोपराला किंवा गुडघ्याला कुदळीच्या दांड्याचा दणका बसलेला असतो. मग कधी लंगडत, पाय वर करत, तर कधी हात वर करून खोपीकडं येतो. ...एवढं झालं तरी हातातलं काम राहत नाही. त्याला ते कुणी खाली ठेवूच देत नाही.

कायतरी करून रडत आला की, ''मर सुकळीच्या. तुझं रोजचंच असतंय.''

गणपा वैतागून म्हणतो. दिन्या चेहऱ्यावर आंबटपणा घेऊन उभा राहतो.

''पळ भडव्या, एवढं ढोरांस्नी पाणी दाखवून ये जा.''

''बरं, शेणं सारल्यात वाटतं मागं?''

''न्हाई. शेणं सारायचंबी सांगायचं व्हय तुला? पडली असतील तर ये का सारून.''

''बरं. बारडी कुठं हाय?'' कळीकडं दुर्लक्ष करत तो म्हणतो.

''जाधवाच्यांनी मागून न्हेलीया बघ. दोन तास झालं. जा, जाऊन आण जा तेवढी. ... इच्याभणं, शेजारी म्हसेच हाईत. पुन्हा बारडी देऊ नगं त्यांस्नी.''

''बरं.''

''आरं, बरं बरं काय करतोस? पळ की!''

...दिन्या पळतो. लंगडत. कधी हात वर करून.

शेण, पाणी, भांगलण, वैरण, होय–नव्हे अशी मरुस्तवर त्याला कामं आहेत. कोणी विचारणार नाही. आई ना बा. कामं करतो, खातो नि पटकुरात पडतो. कोण अंगावरचे कपडे धू म्हणत नाही की हात-पाय दगडानं घास म्हणत नाही. पाण्यात सकाळी-दुपारी चार-चार तास राहिल्यानं हाता-पायाची उमळ उकमारते. रेड्याच्या कातड्यागत पाय दिसतात. अंगावरच्या चड्डीत आणि कुडत्यात बुट्टीभर किटण साठलेलं असतं. डोस्क्यावर केस डवंग्या-डवंग्यानं बसलेले असतात. अंगाचा घामट-कुबट वास मारतो.

"दिन्या, अंग काय रे घाण केलंईस हे. आँ! डोस्क्यावरची केसं काय ही. कापडं किती घाण झाल्यात?'' दादांच्या लक्षात आल्यावर ते बोलतात.

"आता करायची की सोच्छ.'' दिन्या शरमिंदा होऊन हसतो.

"दुपारी बसायच्या वाटणीचं अंघोळ कर दगडानं घासून.''

"बरं.''

दादा त्याला साबण आणून देतात. हजामतीला गिन्नी-चवली मिळते. दिन्या दोन-चार दिवस खुशीत असतो.

"मालक, आंघूळ केल्यावर बरं वाटत असतंय बघा.'' शेणात हात घालत घालत तो मला बोलत असतो. त्यानं अंघोळ केलेली असते. स्वच्छ झालेल्या पायांकडं सारखा न्याहाळून बघत असतो. अंग दगडानं घासलेलं असल्यामुळं हातांची मनगटं नि कातडं लालसर झालेली असतात. दोन्ही हात एका जागी धरतो. कोणता जास्त लाल आहे ते निरखून बघतो.

"मालक, ह्या हातापरास ह्यो हात जास्त गोरा हाय; न्हाई?''

"हं'' मी.

"आता उद्या ह्योबी हात दुपारनं गोरा करतो.''

...महिन्या-दोन महिन्यातनं कौतुकाचं गोरंपण त्याला आलेलं असतं.

शाळा सुटल्यावर दुपारी मी मळ्याकडं येतो. खिशात फिल्मा असतात.
मोठं दिसणारी काच असते. ...सिनेमा करायचा असतो.

"दिन्या, शेनेमा करूया काय?''

"करू या की! फिल्मा आणल्यात?''

"आणल्यात.''

दुपारी त्याला थोडी सवड असते. तो आणि मी धावेवर जातो. उंबराच्या झाडाखाली गाळाच्या टेकडीवर सिनेमा सुरू होतो. (आमच्या गावात सिनेमाचं थिएटर आहे. आरंभी लागणाऱ्या रेकॉर्डस् सगळ्या गावाला मोठ्यानं ओरडून बोलवतात. दिन्यानं तेवढाच सिनेमा ऐकलेला.) तो काचेतून मोठ्या झालेल्या फिल्मा पाहतो. 'थो ऽ थुर्र ऽ ऽ थो ऽ ऽ ऽ रं थरो ऽ' असं ओठानं आपणच गाणं म्हणतो. मधूनच मोठ्यानं; "लोक्को ऽ एका! आज रात्रो, साडेनऊ वाजता भक्तराज. तरी सर्व्यांनी यावे." अशी जाहिरात होते. त्या वेळी मी काचंपाठीमागं दुसरी फिल्म बसवीत असतो. ...मोठा रंग भरलेला असतो.

आणि त्याच वेळी नेमकी त्याच्या पेकटात लाथ बसते. दिन्या कुत्र्यासारखा कोलमडून पडतो. ..."आई गं ऽ."

"सुक्काळीच्या, कवाधरनं आरडाय लागलोय मी! हाका ऐकू येत न्हाईत? कानांत खुट्टं मारल्यात व्हय रं? कामं कुणी तुझ्या बाऽनं करायची?"

गणपानं येऊन ही लाथ घाटलेली असते.

"काय करू मग? सरळ सांग की. मारतोस का सारखं?"

"उलट बोललंस तर त्या पाटात घालून तुडवीन कचाऽचा. मोटा धरायच्या हाईत. शेणं भर जा त्या ढोरांच्या पाठीमागची. तुझ्या नावानं बसल्यात बघ पू तिथं माशा मारत."

दिन्या पाठ चोळत पाठीमागं न बघता खोपीकडं जातो. गणपा माझ्याकडं बघून हसतो. "फिल्मा बघू" म्हणून माझ्याकडून फिल्मा नि काच घेतो. घटकाभर बघून हळूहळू खोपीकडं जातो.

एकदा दीसभर लावणीच्या उसाला खत घाटलं. दिन्या दोन माणसांच्यामध्ये खताच्या बुट्ट्या नेत होता. ईळभर पेकटं मोडून गेली होती. खताचा धुरळा बसून डोळं कचकचत होतं. घामावर खत सांडून टेपण बसलं होतं. वरनं ऊन बडवायचं. बुट्ट्यांखाली दिन्याचं डोसकं भगभगत होतं. गुडघ्याचं सांधं निखळायची पाळी आली होती. पायांच्या शिरा फुगून टच्च झाल्या होत्या.

दुसऱ्या दिवशी पहाटेचं दिन्या उठला नाही.

"दिन्या, उठतोस का न्हाई रे?" गणपाची कडकडीत हाक.

"पाय ठणकाय लागल्यात माझं."

"पाय कशानं ठणकाय लागल्यात? काय मरत न्हाईस काय न्हाईस; ऊठ."

“घटकाभर पडतो. अंग रसरसाय लागलंय.”

“सुक्काळीच्या, उठतोस का न्हाई?” दिन्याच्या ढुंगणावर लाथ बसली.

तो कुंई कुंई रडत उठला. डोळे विस्त्याच्या खेंडागत लाल लाल झाले होते. तोंडाला कडू आलं होतं. अंग उसळलेल्या पाण्यागत लागत होतं... त्यानं शेणं भरली. आर्धी निम्मी बुट्टी भरून उकिरड्यावर टाकली. हात धुवायला म्हणून पिपापाशी गेला नि धाडदिशी पडला. “आई गंऽ!”

गणपानं ते बघितलं. “जा तुझ्या आयला, हात-पाय धू आणि नीज जा. आई-बा न्हाई; मरशील फुकट.”

त्या दिवशी दादांनी दिन्याला निजून राहायला सांगितलं. सरकारी दवाखान्यातलं औषधाचं पाणी आणून दिलं. शाळा सुटल्यावर दुपारी मी मळ्याकडं गेलो.

“या, मालक.”

“दिन्या, बरं न्हाई व्हय रे?”

“ताप आलाय वाटतं. काल तंगून तंगून बूर पडला माझा. गणपूदादानं पाणी प्यायलाबी सांदा दिला न्हाई.”

“नीज आता दोन दीस.”

“अंऽ गणपूदादा निजू कुठं देतोय? आई–बा नसलं म्हंजे असंच.”

“आई, कुठं गेली रे तुझी?”

“जाईना कुठं का बोंबलत. आपल्याला काय करायचं? ...तिला न्हेली तिच्या दाल्ल्यानं.”

“मग इतके दीस तुझा बा कुठं गेला हुता?”

“माझा बा न्हवं त्यो. माझा दुसरा.”

“म्हंजे?”

“म्हंजे आमची आई आता ज्येच्यापाशी हाय; त्येची खरी बायकू. पर त्यो लगीन झाल्यावर एक-दोन वर्सांतच एका खुनाच्या मारामारीत सापडला नि त्येला जन्मठेप झाली आणि कुठल्या तरी मुलखाला त्येला न्हेलं. आईला वाटलं जलमठेप म्हंजे जलमभर तुरुंगातच ऱ्हायाचं आणि तुरुंगातच मरायचं. म्हणून त्यो गेल्यावर ती तिथं एक-दोन वरसं ऱ्हायली नि मग हिकडं तॉंड घेऊन आली. हितं आल्यावर बिन लग्नाचीच भैरू चिखल्याजवळ ऱ्हायली. मग मी जलमलो. भैरू चिखल्या माझा बा... त्येला जित्ता धरून खड्ड्यात पुरला पायजे.”

“का रे?”

“तसंच.” दिन्या पुढं बोलंना. आढ्याकडं बघत गप पडून राहिला.

दिन्या पाच-सात वर्षांचा झाल्यावर दिन्याच्या आईचा दाल्ला तुरुंगातनं सुटून आला. तेरा-चौदा वर्षांनी अचानक आला. बायकोचा शोध करत करत हिंडत होता. त्यानं गावात सुगावा घेटला. घर हुडकून काढलं. घरात चिखल्या नाहीसा बघून आत घुसला. गावात बराच कालवा झाला. बायकोला दंडाला धरून बाहेर काढली. तरीही भैरूचा पत्ता नाही.

"चल गावाकडं." हातात दंड गच्च धरत नवरा म्हणाला.

"मी न्हाई येत. माझा जीव घेशील तिकडं."

"जीव घेत न्हाई. मला का बायकू नगं हाय?"

"...दिन्या, चल बाबा." मुलाकडं बघून ती म्हणाली.

"त्या पोराला नगं संगं. ते माझ्या पोटचं का फिटचं. जन्माला घालणारा त्येला संभाळंल."

दिन्यानं आरडून सरकदान केलं. त्याला घरात ढकलून त्याच्या आईच्या नवऱ्यानं बाहेरनं कडी घाटली नि तिला घेऊन तो आपल्या गावाला गेला. दिन्यानं आत ऊर बडवून घेटला. साऱ्या गावानं त्या इसमाला सांगिटलं, पण त्यानं काही त्या पोराला बरोबर घेटलं नाही. ...सगळं सामसूम झाल्यावर भैरू चिखल्या आला!

दहा-पंधरा दीस गेल्यावर भैरू पोराला घेऊन दादांकडे आला. "सावकार."

"का गा?"

"हे पॉर आणलंय. ह्येची आई गेली आपल्या दाल्ल्यामागनं. हे हितंच पडलंय. मीबी काय आता हितं ऱ्हाणार न्हाई. कुठं तरी मुलखाला पॉट भराय जाणार हाय... व्हय; त्यो सुक्काळीचा कवा तरी गुमान येऊन माझाबी खून करायचा. तवा हे पोरगं एवढं तुझ्या हितं ढोरं राखायला ठेवून घे."

"आणि बरोबर न्हेईनास."

"खुळा का काय. त्येच्या नि पोटाला कुठलं घालू? ...आणि मी का आता भाकरी करून घालणार हाय ह्येला?"

"आरं, तरुणपणातच लगीन करून घेऊ ने हुतास?"

"कोण बायकू देतंय आम्हाला? जाऊ दे तिकडं. धा गेली नि पाच ऱ्हायली. काढायचा जलम कसा तरी."

माझ्या आईला त्या पोराची दया आली. घरात मळा-दळा, ढोरं-गुरंही भरपूर होती. दिन्याला ढोरं राखायला ठेवून घेटलं.

ढोरं राखत राखत दिन्या मोठा झाला. अशीच सात-आठ वर्षं निघून गेली. दिन्या बारा-तेरा वर्षांचा झाला आणि त्याची आई अचानक आली. माझ्या आईकडं येऊन बसली. "मालकीणबाई!"

"काय गं मंजा? एकाएकी आलीस?"

"आले उगंच. ...पोरगं कसं काय हाय माझं?"

"चिखल्यानं त्येला टाकलं, ठावं हाय का न्हाई तुला?"

"हाय की. तुमच्या हितं हाय म्हणून कळलं, तवा चिंता मिटली माझी. ... दांडगं झालं असंल आता?"

"दांडगं हुईना तर. बारा-तेरा वर्सं झाली. अजून का तेवढंच ऱ्हाणार हाय?"

"अजून ढोरच राखतंय का?"

"ढोरं राखायला का ते आता बारकं हाय व्हय? अजून दोन-तीन वर्सांत लग्नाचा बापय हुईल."

"असू दे बाई. ...कवा घराकडं येतंय का? बघावं असं वाटलंय हो."

"रातचं येतंय. आगं, मग बघायचंच असंल तर मळ्याकडं का जात न्हाईस?"

"न्हाई बाई. रातचं येऊ दे घराकडं. चार माणसात त्येला तोंड कसं दाऊ?"

घटकाभर थंड गेला. मग आई म्हणाली : "गावाकडं कसं चाललंय तुझं?"

"चाललंय की बरं. किती केला तर लग्नाचा दाल्ला हाय त्यो."

"मग हे आदूगरच कळत न्हवतं?"

"मालकीणबाई जलमठेप झालीती त्यांस्नी. मग नवरा हाय काय नि न्हाई काय, मी बेवारशी कसा जलम काढणार त्या खेड्यात? ना घर, ना जमीन. हातावर पॉट घेऊन किती दीस तग धरणार बाईमाणूस! म्हटलं तोंड घेऊन दुसऱ्या गावाला जावं नि हाय म्हणाय पुरता नावाला दाल्ला करावा. तेवढाच जिवाला धीर."

"बरं केलतंस बाई. आता पोरंबाळं किती हाईत तुला?"

"कुठलं हो आक्का? कायबी न्हाई. ... माणसाचा जीव घेणाऱ्याच्या पोटाला पॉर–बाळ कुठलं हुईल?"

इकडची तिकडची बोलणी झाली नि 'राती येते' म्हणून मंजा निघून गेली. तास रातीला म्हशीचं दूध घेऊन दिन्या घराकडं आला. त्याला आईनं सारी हकिकत सांगितली.

"मालकीणबाई तिला आता पॉर न्हाई. तर ती आता मला न्हेतो म्हणंल. तुम्ही मला सोडू नगासा. ल्हानपणापसनं पॉर जतन केलंय म्हणावं."

"तसं कसं रं बोलू मी? किती केलं तर माय हाय तुझी, लेकरा. ठकलीया आता."

''ठकू दे. चांगली मरू दे. फळं भोगू दे की जरा. मालकीणबाई, माझी ती आई असती तर मला अशी खडकावर टाकून गेली नसती. ...तवाच मेलो असतो तर मी?''

घटकाभरात मंजा आली. डोसक्यावरचा घडी केलेला धडपा बुडी घेऊन दाराशेजारी बसली. घरातली सगळी गप झाली.

दिन्या आतच बसला. आईनं करून दिलेला चहा पीत होता.

...घटका गेली, तरी दिन्या आतच.

''दिनाऽ'' ओ नाही.
मंजीच्या डोळ्यांत पाणी आलं होतं. गळा घोगरा झाला होता. ''आरं दिना, जरा बाहीर तरी ये की रं.''
''कशाला आता नि बाहीर?'' असं म्हणत दिन्या बाहेर आला.

डोक्याला गांधी टोपी होती. अंगात मळलेलं कुडतं. कमरेला मळकीच खाकी चड्डी. अंग मात्र आडवं-तिडवं भरलेलं. तसाच तो खुंटीला धरून भिंतीला उभा राहिला.
''माझ्या सोन्या.'' म्हणून मंजा टपाटपा डोळ्यांतनं पाणी सांडू लागली.
शिंकरून तिनं पदराला पुसलं. ''सुखात हाईस बाबा?''
''हाय की. सुखात नसायला काय झालं?'' दिन्या हसत म्हणाला.
''तुझं कसं काय चाललंय तिकडं?''
''बरं हाय बाबा.''
''का आली हुतीस?''
''आले हुते तुला बघावं असं वाटलं म्हणून.''
''मला नि काय बघायचं?'' दिन्या पुन्हा हसला.

घटकाभर कोणीच काय बोललं नाही. दिन्याच मग आमच्या आईला म्हणाला :
''मालकीणबाई, भाकरी झाल्या असतील तर मला वाढा बघू. गणपूदादा अजून घराकडं यायचा हाय. झटक्यासरशी मळ्याकडं गेलं पायजे.''

मंजा गपकन उठून निघून गेली. सगळे एकमेकांकडे टकमका बघू लागले.

''आता बघायला आलीया मला.'' दिन्या हाऽ हाऽ करत मोठ्यानं हसला.

सात-आठ दिवस गेल्यावर मंजा आणि तिचा नवरा दादांच्याकडे आले. नवऱ्याच्या मिशाचं कंगाल पूर्वी वर होते. आता मिशा ओठावरनं पसरल्या होत्या. अंगाचा टंचपणा जाऊन कातडी सैल झाली होती. डोळे आत गेलेले. गालफाडं आत ओढलेली. त्यानं ...दादांना सर्व काही सांगिटलं.

"पाच-सात सालं झाली; पॉर न्हाई नि बाळ न्हाई. म्हातारपणी कोण बघंल आता आम्हास्नी? तेवढं पोराला लावून द्या."

"मग हितंच ऱ्हाईनासा. हितं गावात रग्गड कामधंदा हाय."

"हितं नगं. ह्या गावात हिनं गुण उधळल्यात. कीरत केलीया. हितं कसं हे तोंड घेऊन ऱ्हायाचं?"

"मग बघा इचारून पोराला."

"मला इचारायला कुठं तोंड हाय? तुम्हीच सांगा त्येला जरा."

"मी सांगतो खरं! तुम्हीबी इचारा त्येला. तुम्ही बोलल्याबिगार ते तुमच्यासंगं येणार न्हाई."

दिन्या पाण्याकडं होता त्याला बोलावून आणलं.

"काय मालक?"

"आरं तुझी आई आलीया."

"मग काय करू?"

"न्हेणार म्हणत्यात तुला."

"मी जाणार न्हाई बघा."

"का रं माझ्या लेका?" — दिन्याची आई.

"उगंच मला 'लेका लेका' म्हणू नगं."

"पोरा, आमचं तरुणपण आता सरत आलं. आम्हाला पॉर न्हाई नि बाळ न्हाई." — दिन्याच्या आईचा नवरा.

"मग त्येला मी काय करू?"

"आम्ही तुला पोरगा म्हणून जतन करतो. तू चल आमच्या गावाकडं. माझं घर हाय तिथं नव्यानं बांधलेलं."

"पेटीव जा की तुझ्या घराला."

"असं बोलू नगं पोरा. माझ्याकडं नगं, निदान तुझ्या आईकडं बघून तरी चल."

"मी न्हाई बघा. तुमचं तुम्ही काय वाटंल ते करा जावा."

शेवटी दिन्याची दादांनी समजूत घाटली.

"मालक, तुम्ही सांगतासा म्हणून मी जातोय. काय कमी जास्त झालं; तर मी काय तिथं ऱ्हाणार न्हाई."

"तसं कर. मी का तुला परकी हाय व्हय, लेकरा?"

मंजा मनात हारखली.

दिसभर दिन्यानं काम केलं. आमच्या आईला नाही म्हटलं तरी थोडं वाईट वाटलं. तिनं रात्री तिघांनाही जेवायला घाटलं. सकाळी दिन्या, त्याची आई नि तिचा नवरा उठून गावाला गेले.

आठ-दहा दिवस गेल्यावर दिन्या हसत हसत परत आला नि आईजवळ सैंपाकघरात जाऊन बसला.

"का रं आलास दिन्या?"

"कुठलं हो मालकीणबाई, खोटी माया किती दीस टिकणार हाय?"

"काय झालं रं?"

"ते म्हातारडं, मला बा म्हण म्हणतंय" मी म्हटलं; "तू का माझा बा न्हवंस काय न्हवंस. पाहिजे असंल तर येसूम्मा म्हणीन."

"मग?"

"एकदा माणसांच्या देखत 'येसूम्मा' म्हटलं म्हणून दगड घेऊन मारायला उठलं."

"आणि?"

"आणि काय! मीबी खोपड्यातलं लाकूड घेऊन उठलो. मी तर काय कमी हाय? आई मधी पडली म्हणून गप बसलो."

"माझ्या हांट्या!"

"अहो मालकीणबाई, त्यो बा म्हणणारा सुकाळीचा घरात बसतोय आणि मला कामाला लावून देतोय. ह्येला आणि फुकटच्या फाकट कुठलं राबून आणून घालायचं? ...हाय हे हितंच बरं हाय. राबून काय मराण येत न्हाई काय न्हाई... ...कुठं हाय माझी ताटवाटी?"

"ताट-वाटी कशाला?"

"सकाळधरनं उपाशी हाय. कामाला जातो म्हणून सांगून आलोय. भुका लागल्यात चालून चालून. तुकडा खातो आणि मळ्याकडं जातो निवांतवाणी."

■

तपस्विनी

गावच्या उगवतीला एक जुनाट वाडा इतिहासाला उराशी धरून जपत आहे. प्रचंड आहे. त्याच्या चिऱ्यांतून, विटांतून एक गहिरं कारुण्य दिसतं. जुन्या आठवणीमुळं त्याच्यात ते डबडबलं असावं. तिथली माणसंही अजून ऐतिहासिक खानदान जपतात. जग, माणसं पुढं गेली आहेत. पण वाडा अजून इतिहासकाळात गोठून उभा. ह्याच्या समोर हत्तीचे साखळदंड बांधायचे दगड अजून ताजे आहेत. आताच कुठेतरी नदीवर पाण्यात क्रीडा करण्यासाठी हत्ती गेलेले असावेत असं वाटतं. जुन्या प्रचंड तटवजा भिंती, वीस-पंचवीस फूट उंचीचा दरवाजा, रात्री अजून लावली जाणारी गोड्या-तेलाची ठावकी, पाटीलबाबांचा पोशाख आणि पगडी, त्यांच्या पांढऱ्याशुभ्र मिशा नि कानांवर पिंजारलेला तसलाच केसाचा पुंजका. हे सगळं पाहिल्यावर आपण इथंच भूतकाळात थांबावं असं त्या वाड्याला वाटत असावं. पाटीलबाबांना दोन मुलं. थोरले शिवाजीराव. बापाचे खानदान राखणारे. धाकट्या कन्या. सगळेजण त्यांना 'नानी'च म्हणून बोलावतात. नानी एक शेवडी, सडपातळ. सावित्रीचा अंग-पिंड घेऊन आलेल्या. शंकराच्या कृपेनं त्या जन्माला आल्या असं म्हणतात.

या वाड्यापासून एका हाकेवर शंकराचं एक जुनाट देऊळ आहे. गावापासून जरा निवांतात बांधलं आहे. भोवती मोठा कुसव. कुसवावर पावसाळ्यात गवत वाढून उन्हाळ्यात वाळून जातं. कोणी ते काढून नेत नाही. कुसवाला अनेक बिळे-भोके पडलेली आहेत. आत देवळासमोर दोन वर्षांच्या वासराएवढा प्रचंड नंदी आहे. हा पिंपळाच्या मुळात आहे. त्याच्या अंगावरून मुळ्या सोडत तो पिंपळ प्रचंड वाढला आहे. आत देवळात शंकराला हवी असलेली स्मशानशांतता. देवळात काही बोलले तरी आवाज 'घुमऽऽ' करून घुमतो. त्यात किंचित कुबट, तेलकट,

जुनाट असा वास मिसळतो. एका बाजूला देवळाच्या जुनेपणाला शोभेल असं बेलाचं झाड आहे. त्याच्या अनेक फांद्या वाळून सुकलेल्या आहेत. त्यांना पाने-पालवी येत नाही; तरीसुद्धा त्या फांद्या कोणी जळणा-सुरणाला नेत नाहीत. काही फांद्या अजून पानांनी गारेगार दिसतात. ह्या देवळाचे पाटील खानदानी भक्त. तरवार कमरेशी धरून पराक्रम, परंपरा आठवून नमस्कार करणारे!

"शिवशंभो, आमच्या नशिबी एकच मुलगा दिसतो. जसे असेल तसे. नंतर पाच वर्षे झाली; संतान नाही. आपली कृपा.'' असे म्हणून एकदा पाटीलबाबांनी पिंडीवर बेलाची पाने टाकली होती आणि दुसऱ्या वर्षी नानी जन्माला आल्या.

बारसं जोरात झालं. गाव-जेवण घाटलं. बचकेबचकेएवढे लाडू साऱ्या गावाला वाटले. ...शंकराची भक्ती वाढली.

नानी सात-आठ वर्षांच्या झाल्या. वाड्यातून इकडे-तिकडे हुंदडता हुंदडता वाढल्या. अधूनमधून त्या पाटीलबाबांच्या दिवाणखान्यातही डोकावत.

दुपारचे बारा वाजले होते. श्रावणाचे दिवस. सोमवार होता. पाटीलबाबा दिवाणखान्यात फराळावर बसले होते. राजगिऱ्याचा अर्धा अर्धा लाडू तोंडात बुकना होत होता. नानी हुंदडत आत आल्या.

"काय नानीसाब, फराळ झाला का नाही?''
"आज सोमवार आहे.''
"म्हणूनच म्हटलं. उपासाचा फराळ केला का?''
"उपासादिवशी फराळ करायचा असतो वाटतं?''
"आँ ऽऽऽ! कुणी शिकवलं हे तुम्हाला?'' पाटीलबाबा गडगडून हसले.
"आईसाब खात नाहीत.''
"तुम्ही करा तसा उपास. आम्हाला भूक आवरत नाही. हां ऽ पर भूक लागल्यावर तुम्हीबी थोडं खाऊन घ्या. 'तिकडं' ध्यान देऊ नका.''
नानी बाहेर पळाल्या.

सातव्या वर्षापासून शंकराचे सोमवार सुरू झाले. पुढं पुढं हे सगळं वाढलं. श्रावणी सोमवार अन्नाशिवाय होऊ लागले. संध्याकाळी नुसतं थोडं दूध घ्यायचं. कडकडीत महाशिवरात्री होऊ लागल्या. 'हरतालिका' व्रत दिवसभर खाली न बसता पार पडू

लागले. व्रताबरोबर घरातली कामंही होत असत. त्यांच्यात खंड पडत नसे. पाटीलबाबांची सक्त ताकीद. ''बसून खायचं नाही. कामं करावीत. हे घर लक्ष्मीचं आहे.''

पाटीलबाबा स्वत: काही ना काही करत. घोड्यांचा खरारा त्यांना स्वत:च्या हातांनी केल्याशिवाय चैन पडत नसे. मैल-दीड मैल लांब असलेल्या मळ्याकडं ते पहाटे जात आणि थंड पाण्याची अंघोळ उरकून येत. संध्याकाळी घोड्यावरचं फिरणं.

अठराव्या वर्षी नानींचं लग्न झालं. यथाकाल पाच-सहा मुलं झाली आणि वारली.

''पाटीलबाबा मुलीला मूल नाही.'' कोणीतरी बोलायचं.

''महासतीला मूल नसतं. सरस्वती, लक्ष्मी तशाच पवित्र राहिल्या.'' पाटीलबाबा दु:खानं स्तब्ध राहत. मन आवळून संयमानं बोलत.

''माणसाला मुलं होण्यात सुख असतं पाटीलबाबा.''

''खरं आहे. माणूस होती म्हणूनच तिला पाच-सहा मुलं झाली. पर शंभोच्या मनात तिला तपस्विनी करायचं होतं.''

नानी तपस्विनी झाल्या. व्रतं वाढली. सोळा सोमवारांचं व्रत केलं. ब्राह्मण भोजन घाटलं.

एक दिवस रात्री नानी दिरा-जावांच्या मुलांना पुराणातल्या गोष्टी सांगत गच्चीत बसल्या होत्या. वर नितळ निळं आभाळ. चौथीची पश्चिमेकडं कललेली रेखीव चंद्रकोर. आकाशगंगेचा पांढरा पट्टा. ठळक-ठळक चमकदार चांदण्या. खाली मुलं गोष्टीत रंगलेली. नानी भान हरपून सांगत असलेल्या. गोष्टी सांगता सांगता त्यांचे डोळे आकाशाकडं लागले. बारीक झाले.

''पाहिलंत का रे!'' नानी.

''काय?''

''शंकराचं अंग आकाशासारखं निळं असतं. ही मावळती आहे ना, हे शंकराचं भाळ आणि त्याच्यावर ही चंद्रकोर. हा चांदण्याचा पाट आहे ना, ही गंगा. हीच शंकराच्या जटातून धो धो पडत असते.'' थोडा वेळ नानी शांत बसल्या. मुलं निघून गेली. तिथंच मांडीवर झोपलेल्या 'सोन्या'ला घेऊन त्या खाली आल्या.

दुसरे दिवशी सोमवार. भल्या पहाटे त्या उठल्या. पाणी गरम करून पोटभर न्हाल्या. काही बोलल्या नाहीत. डोळे रसरसलेले, स्थिर. नाना (नानींचे पती) समोरून गेले, तरी डोळे हलत नव्हते. दृष्टी नाकासमोर अचल. हातात गोड्या तेलाची पिवळीधमक ज्योत. त्यांच्या डोळ्यांसारखीच शांत. तशाच देवघरात शिरल्या. आतून दार लावून घेतलं.

घरातली सगळी माणसं घाबरली. आत काय करतात कुणास ठाऊक? नानींचे सासरे म्हणाले, "मुलगी शहाणी आहे. काही करणार नाही. तिच्या मनाप्रमाणे वागू द्या."

नाना अस्वस्थ झाले. त्यांनी देवघराच्या दारावर मोठ्याने थाप मारली.

"दार उघडा."

"देवपूजा चालली आहे."

"दार उघडून करा."

"..." एक नाही दोन नाही.

सारे शांत. थोडा वेळ गेला. आतून पूजेची चाहूल येत होती. आणखी थोडा वेळ तसाच गेला. ...शांत आणि खंबीर आवाज आला. "शंभो, मी तुझी बारा वर्षे सेवा करणार आहे. वर्षातला एक महिना अन्न घेणार नाही. माझ्या हातून ती घडणार असेल तर हा कापूर संपूर्ण जळेपर्यंत माझं मन स्थिर ठेव. घडणार नसेल तर तसं करू नको." ...पाच मिनिटं शांतता दबून गेली. दाराची कडी वाजली आणि नानी बाहेर आल्या.

"नानी, एवढं कठीण व्रत कशाला बोलून घेटलं? खूप त्रास होईल."

"मला त्यात समाधान आहे."

"ह्यात कसलं समाधान?"

नानी काहीच बोलल्या नाहीत. प्रसन्न मनाने त्यांनी दोन्ही हातांनी खांद्यावर आलेले ओले केस मागे सारले. डाव्या हाताकडे पाहून नाना एकदम ओरडले :

"हे काय केलंत?"

"कापराच्या वड्या जाळल्या."

नानांनी हात धरून निरखून पाहिलं. सगळेजण धावत आले. नानींच्या तळहातावर मोसंबं ठेवावं तसा फोड आला होता. कापूरवड्यांचा पुडा त्यांनी आपल्या हाताच्या तळव्यात जाळून संपविला होता. ...

माहेरात व्रत सुरू झालं. शंकराच्या त्या जुनाट देवळात उपास सुरू झाले. एवढे दांडगे पाटीलबाबा पण नानीचा निश्चय ऐकून मनोमन हलून गेले.

"नानीसाब, झेपेल का हे? महाकठीण आहे. अधे–मधे चुकले तर शंभोचा कोप होईल. व्रत करणं म्हणजे वाळणं आणि जळणं दोन्ही एकदम!"

"मला त्यात सुख आहे."

"तुमचं तुम्ही काय ते ठरवा. विचार करून निर्णय घ्या; एवढंच म्हणणं. भक्तीच्या आड आम्ही येत नाही."

महासतीच्या निष्ठेनं उपास सुरू झाले. झोपणं, उठणं, सगळं देवळातच. भल्या पहाटे उठत. नदीला जाऊन स्नान करून येत. सूर्योदयाबरोबर शंकराची पूजा होई. सगळे स्वहस्ताने. संध्याकाळी पूजा झाल्यानंतर देवळाच्या गाभाऱ्यात गोड्या तेलाचे दिवे ठेवले जात. दिवसभर पोटात अन्नाचा कण नाही. तरी स्वत: दिवे ठेवत. गाभाऱ्यात वरपर्यंत दिव्यांसाठी लहान लहान जागा होत्या. नानी एक एक दिवा घेऊन शिडीच्या साहाय्याने वर चढत. दिवा जपून जागेत ठेवत. असे वीस–पंचवीसदा वर खाली करावे लागे. शिडी जवळजवळ उभी लावावी लागायची. उंच अवघड. पण नानींचे काम शिस्तीनं चाले. दिवे ठेवून झाले की, शिवलीलामृताचे मोठ्याने वाचन. रात्रीचे बारा वाजले की, फक्त एक मापभर दूध नानींच्या पोटात जाई. रात्री बाराला झोपल्या की, कोवळ्या पहाटे उठत. ...उपासाचे दिवस वाढत जातील तशा नानी खारकेसारख्या वाळत जात. पण तोंडावरचे प्रसन्न तेज, शब्दांची धार आणि मनाचा उत्साह वाढत जाई. वर्षे जात होती. श्रावण महिना आला की सासर–माहेरची माणसं चिंतागती होत. पण नानींचा उत्साह दुप्पट वाढे. पर्वणी आल्यासारखं त्या वागत. पाच वर्षं ओलांडली.

सहाव्या वर्षाचा श्रावण महिना. उपास मध्यावर आला होता. रात्री बाराची वेळ. शिवलीलामृताचं वाचन स्पष्ट वाणीत देवाच्या गाभाऱ्यात घुमत होतं आणि गावातल्या सर्व दारांना बाहेरून कड्या घाटल्या जात होत्या. दोन–अडीचशे माणसांनी गावातल्या श्रीमंत इनामदाराच्या घरावर दरोडा घाटला. रात्रभर गावात हैदोस उडाला. दिवट्यांच्या लंकेसारखा जाळ, आरडाओरडा. पण देवळाकडं कुणी फिरकलं नाही.

सकाळ होताच पाटीलबाबा देवळात आले.

"नानीसाब!"

"या."

"रात्री गावात दरोडा पडला. इनामदारांची जिंदगी धुऊन नेली."

नानींनी शांतपणानं ऐकलं आणि पूजेला आरंभ केला.

"रात्री इकडं कोणी आलं नाही?"

"नाही."

"रात्रभर माझ्या जिवात जीव नव्हता. दरवाजे बाहेरून बंद केलेले. शिवाय पाच-पंचवीसजण दाराबाहेर ओरडत उभे होते."

"मग?"

"रात्रीच इकडं येणार होतो. पण आत अडकून पडलो."

नानी गप्पच.

"नानीसाब, आता पूजा करून घरी झोपायला येत चला."

"मला इथं कसलीही भीती वाटत नाही."

पाटीलबाबांनी खूप सांगून पाहिलं. पण नानींचा निश्चय ढळला नाही. दुसरे दिवसापासून नानींच्या आई तिथं झोपायला येऊ लागल्या. इतरांना मात्र मना होती.

चार–पाच दिवस निघून गेले. गावात दरोडा पडल्यापासून रात्रभर जाग राहायची. माणसांचा कालवा असायचा. रात्रीचे बारा वाजल्यावर नानींनी दूध घेतलं आणि अशा झोपणार इतक्यात देवाच्या घरात नारळाएवढा दगड पडला. नानी तशाच स्थिर राहिल्या. आई घाबरून गेल्या. दुसरा दगड धपकन पुन्हा दारात पडला. आईंचे मन वर आले.

"काय करायचं? गपकन वाड्यावर जाऊ या?"

"काही नको. तुम्ही भिऊ नका."

तिसरा दगड पडला. ...आता नानींच्या शब्दांना धार आली : "कोण असेल त्यांनी दारात या. चोरी करायला आला असाल तर तुम्हाला इथं काही मिळणार नाही."

आणखी एक दगड पडला.

"हिंमत असेल तर समोर या!"

काळे घोंगडे पांघरून एक व्यक्ती हातात काठी घेऊन समोर आली. ती दारात येताच पडलेल्यापैकी एक धोंडा नानींनी उचलला. आणि पाटीलबाबा ओरडले : "पोरी, मी आहे."

"बाबा!"

"होय." घोंगडं बाजूला पडलं. पाटीलबाबांची मान अभिमानानं हलली;

"धीराची आहेस. वाटलं होतं की भिशील तेव्हा वाड्यावर झोपायला न्यावं."

नानींनी वडिलांना वाकून नमस्कार केला आणि वाड्यावर परत जायला सांगितलं.

अशाच एका रात्री त्या देवळातल्या गाभाऱ्यात दिवे ठेवण्यात मग्न होत्या. दहा–बारा दिवे ठेवून झाले. एक दिवा घेऊन तो जपत त्या वर चढल्या. दिवा ठेवला. हळूहळू उतरू लागल्या आणि शिडीच्या एका बाजूवर त्यांच्या हाताला गार गार लागलं. त्यांनी अंधूक प्रकाशात पाहिलं. शिडीच्या खालच्या बाजूनं एक लांबलचक सर्प चढलेला होता. दांडीवरून दुसऱ्या बाजूवर जात होता. नानी शांतपणानं खाली उतरल्या. प्यायचं दूध त्यांनी पेल्यात ओतलं आणि सर्पाला अल्लादी उचलून हातात घेतलं. मोठ्या चतकोर भाकरीएवढा फडा निघाली.

"हे दूध प्या." नानींनी पेल्यात त्याचं तोंड धरलं. सांगितल्यासारखं सर्प दूध प्याला. नानींनी त्याला सोडून दिलं. त्यानं देवळातून दोन–तीन आडव्यातिडव्या फेऱ्या मारल्या. मान उचलून पुन्हा पुन्हा नानींकडं पाहिलं आणि अखेरीला तो निघून गेला. त्या दिवशी नानी दूध न पिताच झोपल्या. शांत!

अकरा वर्षं संपली. बारा वर्षांचं व्रत उद्या संपणार होतं. प्रसाद म्हणून गावभोजनाची तयारी वाड्यावर चालली होती. दिवसभर गावातील आणि आसपासच्या गावच्या आया-बाया येऊन नानींची ओटी खणानारळांनी भरत होत्या. एका बाजूला नारळांचा आणि खणांचा ढीग पडला होता. दर्शन घेऊन बाया निघून जात. शेवटचा एक दिवस राहिला होता. बारा वर्षांपासून गुरवाचा जो मुलगा बेल काढायला बेलाच्या त्या झाडावर चढत असे तोच आजही होता. रोज पहाटे येऊन तो बेल काढून देऊन जात असे.

शेवटच्या दिवशी पहाटे तो झाडावर चढला नि पानाच्या गर्दीत असलेल्या सापानं सरळ त्याचं मनगट फोडलं. गावात अगोदरच भोजनाची तयारी चालली होती. सगळा गाव त्याला पहायला आला. खूप उपचार केले. अंग काळंनिळं झालं होतं.

"परिस्थिती कठीण आहे. सर्वांगात विष भिनलं आहे." बरेच उपचार केल्यावर वैद्यानं नि:स्पृह थंडपणानं सांगितलं.

मुलाच्या म्हाताऱ्या आई-वडिलांनी हंबरडा फोडला. नानींना हे पाहवलं नाही. "माई, काळजी करू नका. देव ह्याच्यावर प्रसन्न झाला आहे. काळानं चुंबलं तरी काही होणार नाही." मनाला वाटलं म्हणून नानी बोलल्या. अंत:प्रेरणेनं!

मनगटातून बरंच रक्त वाहून गेलं. नंदीच्या शेजारी लिंबाच्या पाल्यावर त्याला झोपवलं होतं. संध्याकाळपर्यंत उपचार चालू होते. रात्री आठच्या सुमारास तो शुद्धीवर आला. आनंदीआनंद झाला. ...देवळात नानी दिवे चढवीत होत्या.

"मुलगा वाचला." बाहेरून आनंदानं कोणीतरी ओरडलं.

"जेवणाची पहिली पंगत बसू द्या." कृश झालेल्या तेजस्वी नानी आतून बोलल्या.

आजची गोष्ट. तो मुलगा सुखानं संसार करतो आहे. नानींचा संसारही खूप वाढला आहे. दिरा–जावांची मुलं, शेजारी–पाजारी यांचा गोतावळा वाढला आहे. त्यांच्या भक्तीनं आता माणसात वाढ धरली आहे. सासरच्या वाड्यातून त्या इकडून तिकडे जाताना जिवंत दैवत चालल्यासारखं वाटतं.

पहाट होते. वाड्यातील देवघरातून धुपाचा मंद धूर वाड्याचं सुख तरंगल्यासारखा बाहेर हळूहळू तरळत येतो. त्या सुगंधी धुपातून शिवलीलामृताचे पवित्र शब्द कानावर पडतात. अस्पष्ट, पण धार असलेले. अवकाशात प्रतिध्वनीसारखे नाहीसे होत जाणारे!

कोणीतरी कुणाला तरी म्हणतं : "पहाट झाली. नानींची पूजा चालली आहे. उठा."

"श्रीराम श्रीराम! शिव शंभो ऽ ऽ" करत कोणीतरी प्रसन्न मनानं जागं होतं.

■

धोंडबा खादाड्या

“रेडा गेला बघ चढून माडीवर. ...बघ ही माती पीठ पडल्यागत पडतीया. झाक झाक सगळं जेवाण. न्हाईतर माती खायाची पाळी येईल.” खाली जगू बघणारा गणा बायकोला म्हणाला.

तो देवा म्हणून जेवत बसलेला असतो. बायकोनं आमटी-भाताची, ताक-कण्याची गाडगी समोर मांडून उघडी ठेवलेली असतात. इतक्यात सांगून ठेवल्यागत धोंडबा माडीच्या दगडी जुन्या पायऱ्या चढून वर जातो. पांढर मातीची वरची जमीन त्याच्या चालण्यानं हादरती आणि जुनाट फळकुटातनं खाली गणाच्या घरात माती पडती. गणा मातीच्या कणागणिक शिव्या मोजतो. त्याची बायको पाणी झाकून ठेवती. जेवाण झाकून ठेवती. रातचं निजताना दोघं तोंडं झाकून झोपतात. शिव्या देत पांघरुणात गुदमरत पडतात.

गणा आणि धोंडबा सख्खे भाऊ. धोंडबा धाकटा. पण त्यानं गणाला त्याच्या अंगावरच्या रक्त-मांसासकट ओरबाडून खाल्लं आहे, असं गाव म्हणतं. गणा थोरला, तरी वाळलेल्या शेवग्याच्या शेंगेगत आणि धोंडबा धाकटा असून मोठमोठी कलिंगडी, भोपळं, फूटवाळकं एकाजागी करून बांधल्यागत दांडगा. गल्लीत पोरं गमजा करीत बसली की, ह्या भावाभावांची कहाणी निघती—

“धोंड्या पाणी भरून जाणारी मोट.”

“तर गणा पाणी वतून खाली जाणारी भकाळ मोट.”

“धोंड्या दीड मणाचं पोतं.”

“गण्या झाडून मोकळं केल्यालं पोतं.”

"धोंड्या दांडगं येळकाट.''
"गण्या तुरकाटी.'' असं म्हणत सगळी हसत बसतात.

हे दोघे भाऊ एकाजागी होते तेव्हा दोघांची सारखी भांडणं लागायची. कृष्णाकाठच्या तरण्या खोंडाची आणि पोट-म्हातारा झालेल्या रोडक्या बैलाची टक्कर लागल्यागत.

"वक्ताला पाच-पाच भाकरी खातोस.'' गणा.
"तुझी बायकू काय मला भाकरी करून घालत न्हाई. माझी बायकू माप बळकट हाय.''
"तुझ्या बाऽनं काय मागं इनाम ठेवलं न्हाई. जुंधळं आणू कुठलं रोज एवढं?''
"उपाशी राहून ढोरागत राबायला मीबी काय तुझ्याकडनं लगनाच्या बोलीनं कर्ज घेटलं न्हाई.''
"न्हाईतर न्हाई. जा बोंबलत कुठं जातोस तिकडं.''
"माझा मला हिस्सा टाक.''
"लंगोटी उनात घालण्याजोगी जागा, त्यातलं कुठलं देऊ तुला?''

शेवटी त्या लंगोटीच्या दोन धांदोट्या केल्या. धोंडबा माडीवर राहिला. गणा खाली.

धोंडबा वर राहिला आणि पाचव्याच दिवशी माडीला भसका पडला!
"धोंड्या रेडा हाईस का डुक्कूर रं? वळू, जरा बेतानं चाल की.''
"काय तुझ्या घराला भसका पडला न्हाई काय न्हाई. माझ्या भुईला पडलाय.''
"व्हय बाबा. तरणा हाईस. हाईत चार दीस तवर भांडून घे.'' गणा रडकुंडीला यायचा.

धोंडबाचा एक-एक पाय तुळीसारखा. डोंगरावरच्या एखाद्या दांडग्या कातळाला हात-पाय, डोळं, मिशा फुटल्यागत तो दिसायचा. खायलाही तसाच. वक्ताला चार-पाच दांडग्या भाकरी, चिपट्याचा भात, मोगाभरून ताक, चटणीची मूठ आणि जेवून झाल्यावर बायकोला पोटभर मार; एवढी सामग्री त्याला लागायची. मार नि शिव्या खाऊन बायको नारळीचं झाड झाली होती आणि हा आपला वडाचं झाड वाढवीत बसलेला होता. भरपूर खतपाणी घालावं लागायचं. त्यासाठी बायकोची छळणूक.

बायकोच्या बाऽनं हौसेनं एक म्हैस लेकीला घेऊन दिली होती. कायतरी करून चघाळ-चोथा आणून घालंल, कासंडीभर दूध निघेल, तेवढाच पैसा संसाराला लागेल, चोळी-लुगड्याला होईल, हा सासऱ्याचा हिशेब. पण सगळ्या दुधाचा रतीब धोंडबाच्या घशात!

"चुलीमागचं दूध हो काय झालं?" खुळ्यानं मारल्यागत तोंड करून बायको विचारायची.

"मला काय माहीत? तू कुठं गेली हुतीस?"

"मी म्हशीला धुऊन आणाय तळ्याला गेले हुते."

"तुझ्या भणं, दूध तसंच चुलीमागं ठेवून म्हशीला तळ्याला घेऊन जातीस व्हय?" असं म्हणून धोंडबानं चार-पाच पेट कणसं झाडायच्या काठीगत बायकोच्या पाठीत वडायचे. "ते लोणी तरी हाय का बघ शिक्क्यावर." मारून झाल्यावर धोंडबा वरडायचा.

"न्हाई."

"तेबी खाल्लं वाटतं बोक्यानं. अशीच वाग आणि सारं दुभतं कुतऱ्या, मांजराच्या सॉधीन कर. न्हवऱ्याला मातूर उपाशी पाड," असं म्हणून तो बाहेर पडायचा. मारुतीसमोरच्या पिंपळाच्या पारावर जाऊन तंबाखूचा भरपेट झुरका मारला की, दुधालोण्याचा तुपकट ढेकर डार्रदिशी त्याला येई.

इकडं शहाण्या माणसाला खुळ्याच्या चावडीत नेऊन पुरं म्हणस्तवर बडवल्यागत धोंडबाच्या बायकोला व्हायचं. सगळा मामला तिला कळायचा. पण सगळा चोर मामला. मग मोठ्यानं आणि उघड बोलायची पंचाईत. नाहीतर कणसं भूस उडेपर्यंत आणखी झाडून निघायची. मग ती दुधाची जागा बदलायची. उतरंडीला, पाण्याच्या घागरी मागं, कित्येकदा तर पाण्याच्या मोकळ्या हंड्यात दुधाची कासंडी ठेवून वर झाकण ठेवलेलं असायचं.

बरेच दिवस धोंडबाच्या हाताला दूध आणि लोणी लागलं नाही. उपाशी पडलेल्या कोल्ह्यागत धोंडबाची दशा झाली. ताकाच्या पाण्यावर दुधाची तहान भागेना. पंधरावीस दीस दुधाची एकादस घडल्यावर धोंडबा बायकोला शरण गेला.

"हिरे, दूध प्यावं असं वाटतंय गं," सोप्यातनं आत येता येता म्हणाला. गापकन कासंडी रिकामा हंड्यात ठेवली आणि चुलीपुढं बसून बायको म्हणाली : "सकाळी तरी सांगू न हुतासा. आताच रतीबाला दूध घालून आले. ते बंद केलं असतं."

“उद्याच्याला तरी ठेव.”

“बरं बरं. म्हसबी आता कमीच द्यायला लागली. उन्हाळ्याचं दीस.”

“थोडं ठेवायचं.”

“बरं.”

“पाणी तरी पितो,” म्हणत धोंडबा हंड्याकडं गेला आणि त्यानं झाकण उघडलं : “इच्या भणं! कासांडी भरलेली की गं हाय,” असं म्हणून त्यानं कासंडी मोकळी केली.

साखरेचा खडा म्हणून तोंडात सल्फेट टाकावं तसं हिराचं तोंड झालं. दुसऱ्या दिसापासून शेजारणीच्या इथं हिरा दूध ठेवू लागली. शेजारणीचा चहाही जरा चांगला रंगू लागला.

रानात शेंगांचा, मक्याच्या कणसांचा, काकड्या-हरबऱ्यांचा हंगाम आला की धोंड्याला घरात बसवायचं नाही. वीस एक वाव रुंद असलेल्या आपल्या शेताच्या टपण्यात तो जाऊन बसे. कुठं बांध घाल; कुठं सारण काढ; तर कधी बांधावरच्या बाभळी बेन; असं त्याचं काही ना काही काम चालायचं. पण मन मात्र वढाळ ढोरागत, कुणाबुणाच्या पिकातनं फिरून यायचं. उनाच्या वक्ताला हळूच शेजारीपाजारी जायचा.

“शंकर अण्णा; काय गा पीक आलंय तुझं हे! अवंदा चंगळ हाय हं. काढ बघू, काढ चार कणसं. होरपळून खाऊ या. बायकूबी तिच्या भणं आज जेवाण घेऊन आली न्हाई.”

एकदा-दोनदा शंकरअण्णा कणसं काढी. तिसऱ्यांदा नाही म्हटलं की, दुसऱ्या दिशी सकाळी हाराभर कणसं चोरीला गेलेली असायची.

“धोंडबा, कणसं मारली वाटतं?”

“न्हाई बा. मी गा कशाला मारू? पाहिजे असती तर मागून घेटली असती. तू का न्हाई म्हणणार हाईस मला? ... काढ काढ चार-पाच बिरकुंडं. बसून चावीनं खाऊ या.”

शंकरअण्णा चिंतागती व्हायचा. दोन–तीन कणसं पुन्हा देऊन धोंडबाला वाटंल लावायचा.

भुईमुगाच्या वेलांना शेंगा लागल्या की, रानातल्या रानातच वेल उपटून

शेंगांचा फडशा पडे. वेलांचा ढीग शेजाऱ्याच्या रानात तसाच. दुसऱ्या दिशी सकाळी शेजारी हात मागं बांधून शेतावर सहज येई.

"ए राणूजी, कसला मर्दा शेतकरी तू? गाव सगळं हिकडं शेंगा उपटून खातंय आणि तू घरात निजतोस व्हय? आरं; जरा येत जावा की शेतावर राखणीला."

"काय झालं गा?"

"काय झालं? त्या शेंगाच्या आऱ्यात जाऊन बघ जा, येलांचा केवढा ढीग पडलाय त्यो. राती आलो तर पाच-सातजण तुझ्या शेतात बसून शेंगा वरबडत हुतं खंदील लावून."

राणोजी शेंगा तोडलेले मोकळे वेल काखेत मारून घराकडं जाई. मनातल्या मनात धोंडबाचा उद्धार करी. आणि वर, "धोंडबा, मी गरीब माणूस हाय. जरा गोरगरिबांचं राखत जा की." म्हणे.

"आता आणि गा कसं राखायचं? रातचं मी आलो नसतो तर आणखी निम्मा-अर्धा आवड हुलागला असता," सरळ पांघरूण घेटलेली धोंडबाची भाषा.

"व्हय बाबा." राणोजी रंजीस होऊन निघून जाई.

उन्हाळ्याचे दिवस. चार-पाच दिवस दीड रुपयाच्या रोजानं धोंडबा आमच्या इथं कामाला होता. खोडव्याची ढेकळं फोडून घेटली. खत ओढलं. रानाकडंच्या सारणी काढून घेटल्या. चार-पाच दिवसांत धोंडबानं आठ-दहा माणसांचं काम उठवलं.

खतं ओढून झाली होती. बैलं मांडवाखाली वरण्याचं गार गार बाटूक भुकंच्या तावात खात होती. माणसं जेवणं करून झाडांबुडी पडली होती. धोंडबा निजल्यावर घोरायचा. आसपासचं रान उठवायचा. म्हणून सगळ्यांच्या मतानुसार एकटा धावेवरच्या बाभळीखाली जाऊन पटकुरावर पडला. वर ऊन आभाळाला आग लागल्यागत भडकलं होतं. अंग घामटून गेलं होतं. अंगात खताची घाण सकाळपासनं साठली होती. घामानं तिचा अंगावर टेपणासारखा थर बसलेला. शेंगा उकडल्यागत गदगदून निघत होतं. धोंडबाला कुठल्यातरी गार पाण्यात जाऊन पडावं असं वाटलं.

विहिरीला खुंट-पायऱ्या. तसल्यात मधल्याच तीन पायऱ्या मोडलेल्या. आत उतरायला यायचं नाही. ...विहिरीतलं खोलातलं काळंभोर थंडगार पाणी बघून तर धोंडबा तळमळला. त्यानं बेतानं टांगलेल्या मोटेचं टांगणं काढलं नि हळूहळू मोट

आत सोडली. डोणग्यातनं वाकून बघून अर्धी भरली आणि देवाचं नाव घेऊन खच्चाटून ओढली. चार-पाच मोटा अर्ध्या ओढल्या नि फरसबंद पाटात पाणी तुंबवून अंगभरून अंघोळ केली.

मोट कोणी धरली म्हणून झोपेतनं उठून दादा बाहेर आले. त्यांनी धोंडबाचं आचीट पाहिलं.

"धोंडबा, माणूस हाईस का जनावर रं?"

"काय झालं हो?"

"मरशील की खुळ्या. पोटातली वाट सरकली म्हणजे आतडी तुटायची पाळी येईल. सकाळीबी खताची भरलेली गाडी कासराभर वडत न्हेलीस म्हणं?"

"गंमतीनं वडत न्हेली."

"बरं केलंस, माझ्या बाबा. हितं मोटा वडशील नि चुकून अर्ध्यातनं मोट सुटल्यावर नाड्यात गुरफटून फुकट हिरीत पडून मरशील. पंचनाम्याला कार नको." ...दादा खोपीत जाऊन झोपले.

"मरायला का धाड," म्हणत धोंडबानं आपलं काळं कुळकुळीत अंग पोहणी पडलेल्या रेड्यागत भिजवून घेटलं. जीव थंड करून झोपी गेला. ...त्याच्या घोरण्यानं भर उन्हात बाभळीच्या अंगावर काटा उभा राहिला.

रात झाली. दिवस बुडता बुडता म्हशीची धार घेऊन मी घराकडं आलो होतो. दादांनी धोंडबाच्या रोजगारीचा हिशेब द्यायला सांगितला होता.

रात्री आठ-नऊचा सुमार. घरात जोंधळ्याची दोन पोतीच फक्त घडवंचीवर होती, म्हणून ती हलवून तिच्यावर शेंगांची पोती ठेवण्याच्या मी विचारात होतो. तोवर धोंडबा आला. दारात त्यानं पायताण काढलं. दोन काळं– करंद तवं एकमेकाशेजारी ठेवल्यागत ते दिसत होतं.

"काय चाललंय मालक?"

"एवढी जुंधळ्याची दोन पोती हालवायची हाईत गा."

"उठा; व्हा बाजूला," हातोपं मागं सारून धोंडबानं एक-एक मणाचं पोतं कवळ्यानं धरून उचललं आणि दाखविलेल्या खोपड्यात नेऊन ठेवलं. दुसरंही तसंच.

“कोण हाय रं ते?” आई आतनं म्हणाली.

“धोंडबा खादाड्या.”

“मालक, दत्तू केरलेकराचा मी पोरगा. केरलेकर आमचं आडनाव.” धोंडबा हसत म्हणाला.

“मला काय माहीत? गाव म्हणतंय तसं आपलं मी म्हटलं.” ...गल्लीत त्याचं आडनाव ‘खादाड्या’ असंच पडलं होतं.

“गाव म्हणतंय माप. गावच्या इनामातलं मी काय खाईत न्हाई, काय न्हाई. इच्या भणं ह्या गावाला माझी खाद तेवढीच दिसतीया. माझं काम दिसत न्हाई. कोण हाय ह्या गावात माझ्यासंगं काम करायला? ...कडदुरा तुटून जाईल तासाभरात त्येचा.”

गोष्टी निघता निघता धोंडबानं आपली कथा लावली.

“...मी एका-एका पेटाला पाच-पाच भाकरी खातोय हे खरं हाय. दुसरं कोणी खाईत न्हाई. त्यांस्नी ते निभतच न्हाई तर. तानाजी मालुसऱ्याबी मुठीनं तीळ पिळून घेऊन पाच-पाच भाकरी खाईत हुता. म्हणून त्येनं एका कोयतीच्या दणक्यात वाघ मारला हुता. त्येच्या मिशीवर कागदी मोठं लिंबू अल्लादी बसायचं आणि बहाद्दर ढोरांस्नी गवत आणायला गेला की, शंभर पेंढ्यांच्या नदीच्या वल्ल्या गवताचा भारा चेंडूगत उचलून घ्यायचा. ...मीबी तसा ईस पाचुंद्याचा गवताचा भारा एकटा उचलून डुईवर घेतोय. ...हाय तसा कुणी भारा उचलून घेणारा फाकड्या ह्या गावात?”

“पर धोंडबा, तुला ही तानाजी मालुसऱ्याची म्हायती कुणी सांगिटली?”

शिवा –माझा धाकटा भाऊ– मधेच गंमत करायचा.

“सांगिटली कुणीतरी. त्येचा तसा इत्त्यास हाय. जावा मालक, घरात जरा च्या करायला सांगा. ताऽन लागलीया.”

मी आत गेलो. आई लहानग्या दौलतला भीती घालत होती. “त्यो बघ धोंड्या खादाड्या आलाय. जेव न्हाईतर त्येला देईन बघ.”

तिला चहा करायला सांगून मी बाहेर आलो.

शिवा बोलत होता : “धोंडबा, एकादं दांडगं बकरं भाजून दिलं तर तू मक्याचं कणीस खाल्ल्यागत खाशील; न्हाई?”

“अहो मालक, ते भाजता आणि कशाला? तसंच हिरवं आणून द्या की!

चिरमुरं खाल्ल्यागत खाऊन दाखवितो.''

गल्लीत कसली तरी एकदम गडबड उडाली. माणसं संतरामाच्या घराकडं पळत चालली होती. धोंडबानं गडबडीनं उठून पायांत पायताणांचं तवं चढवलं आणि बाहेर पडला. आम्हीही बाहेर पडलो. चिर्र्रदिशी आवाज येऊन फटकन वाजलं. ढबुणी मिरची फुटावी तशी एक बेडकी धोंडबाच्या पायाखाली फुटली. ...संतरामाच्या घराकडं आम्ही धावलो.

त्याच्या घरातल्या गोठ्यात साप निघाला होता. काख-वाव तरी लांब. एका बाजूला ढोरं. तिथंच दुसऱ्या बाजूला कडबा रचलेला आणि कडब्या शेजारच्या कोन्याकडं साप बेताबेतानं चाललेला. काठी टाकायला कुणाचा धीर होईना. उराएवढं उंच छप्पर, काठी सरळ वर उचलताही येत नव्हती आणि पडला तर पेटही साप गवसून पडणार नव्हता. सगळीकडं अडचण. साप दुखवल्यावर कडब्यात जाऊन दबा धरील म्हणून प्रत्येकाच्या पोटात भीतीचा गोळा. जो तो कसा मारावा, कसा मारावा म्हणून चुळबुळत होता. साप हळूहळू कडब्याकडं चालला होता. जीभ बाहेर निघत होती. डोकं अंगापेक्षा मोठं दिसत होतं. कंदिलाच्या उजेडात अंग तकाकत होतं.

झटक्यासरशी धोंडबा पुढं झाला आणि त्यानं सापाच्या बरोबर डोक्यावर पायताणाचा उजवा पाय खच्चून ठेवला. साप वळावळा वळवळला. धोंडबाच्या पायाला एटाक घाटल्यागत आडवंतिडवं विळखं बसलं. धोंडबानं ते हातानं काढलं नि सापाचं मुंडकं पायताणाखाली खराखर घासलं. बायका किंचाळल्या. माणसं घाबरली.

''धोंड्या, माणूस हाईस का जनावर?''

''एऽ व्हटावर मिशी ठेवलेल्या बापया, लांब हो. सापाचं भ्या वाटतंय तर कशाला जगलाईसा रं? चुलीपुढं जाऊन बसा जावा.'' माणसं हसली आणि वादी धरल्यागत साप धरून धोंडबा गोठ्यातून बाहेर आला.

''संतराम, बघत काय उभा ऱ्हायलास? बायकूला च्या करायला सांग. ताऽन लागलीया.'' संतरामची बायको आत गेली.

मी आतल्या आवाजात म्हणालो, ''धोंडबा, आमच्या घरात आईनं च्या केला असंल.''

"करू द्यात की; हितला आदूगर घेऊ या. मग तिकडं जाऊ या. ह्यांस्नी फुकट का सोडायचं?"

त्याच्या दुसऱ्या वर्षी धोंडबा फडकरी म्हणून आमच्या गुऱ्हाळात आला होता. तो फडात असला म्हणजे भराभर कामं उठायची. उसाच्या मोळ्या बाकीच्या फडकऱ्यांना उचलून दिल्या की, धोंडबा शेवटी एकटाच मोळी उचलून डोक्यावर घ्यायचा आणि गुऱ्हाळाच्या मांडवात जायचा. पाण्याच्या ऐवजी तहान भागवायला तांब्यातांब्याभर रस प्यायचा. भाकरीसंगं आमटी खाल्ल्यागत चेंबलं–चेंबलंभर काकवी संपायची. गुळाचे खडे नि वावरातल्या शेंगा यांची न्याहरी.

दुपार झाली होती. मोळ्या टाकून जेवणं करून फडकऱ्यांनी एक झोप काढली. उसाच्या वाकुऱ्याच्या गारव्यात काळ्या घोंगड्यावर सुस्त पडून धोंडबा भर दुपारी पडलेलं स्वप्न खुसुखुसू हसत सांगत होता.

"आयला, काय सपान तरी पडलं बघ."

"कवा? आता?"

"व्हय आता. दुपारी तीन वाजता. निम्मं–अर्धं पडलं हुतं; तवर तू उठीवलंस."

"काय सांगतोस?"

"आरं खरंच! चार-पाच दीस झालं. सुळकुडकरणीचा तमाशा बघून आलावं न्हाई का? त्येचंच सपान पडलं."

"सुळकुडकरीण आली हुती वाटतं फडात?"

"हॅल! ती कशाला फडात येईल? कुसळात हितं काय मिळणार हाय तिला?"

"मग?"

"आरं तमाशात मी भीमाचं काम करत हुतो. आमचा रोडका गणा धरम्‌राज झाला हुता. उपाशीच बरं काय आणि बकासुराकडं गाडा भरून आन्न घेऊन मी असा चाललोय. रेडं कुठं गावंनात म्हणून माझी म्हसच रेडा म्हणून गाड्याला जुपलिया. आणि दुसऱ्या बाजूनं मी जूं वडाय लागलोय. ...जू वडून-वडून भूक लागलीया. म्हणून वाटंतच गाडा सोडला नि गाड्यावर बसून भाताचा हंडा खायाय लागलोय; तवर ह्यो बकासूर आला नि मानगूट धरून हालवाय लागला. ..."

"आणि रं?"

"आणि काय! तवर तू मला हालवून जागं केलंस मर्दा."

“हात मर्दा. आन्न तरी खाऊन संपवायचं न्हाई?”

“तर काय मर्दा. पॉट भरून ढेकर दिल्यावर तरी उठवायचं न्हाई का?”

तोवर धोंडबाच्या गल्लीचं एक पोरगं बांधावरनं पळत धोंडबाकडं आलं.

“काय रं?”

“तुला घराकडं बलीवलंय!” धापा देत पोरगं म्हणालं.

“कशाला?”

“हिरामावशी मेली.”

“मेली का?”

“व्हय.”

फडकरी सगळे गोळा झाले. ज्याचं त्याचं तोंड घाबरं झालं. धोंडबाचा चेहरा उतरून ढेकळागत झाला. लांब श्वास टाकून तो पोराला म्हणाला : “आलो, चल. हो फुडं.”

पोरगं पाठीमागं सुसाट पळालं. ...धोंडबा हळूहळू पटका बांधू लागला.

गंभीरपणानं रायानं विचारलं : “काय झालं हुतं रं धोंडबा?”

“वरीस झालं आजार कसला आला हुता. सारखी खोकायची. जळक्या लाकडागत हुईत चालली हुती. आदूगरच एक शेवडी. तसल्यात तिला कसला हाडाचा रोग झाला.”

“औषधीपाणी काय बघिटलं न्हाईस?”

“रग्गड बघिटलं. आपरेशन कराय पाहिजे, असं डॉक्टर म्हणायचं. कोल्हापूरला कायम ठेवायला पाहिजे म्हणायचं. एवढा पैसा कुठला माझ्याजवळ? म्हटलं काय व्हायचं ते होऊ दे.”

“मग?”

“मग काय! खंगली खंगली नि आज मोकळी झाली. मेली, बरं झालं... लई हाल सोसलं तिनं. अन्नाइदमान उपाशी मेली. हरघटकेला माझा मार खाल्ला. हू न्हाई का चू न्हाई. ...माझा सोभाव एक खादाड, त्येचा भणं. कवा येवस्थशीर आन्न तिला मिळालं न्हाई.”

घोंगडं झाडून हळूहळू धोंडबा वाटंला लागला. खाली मान घालून कधी नाही इतका मंद चालत गेला. खांद्यावरचं घोंगडं गुमान बसून; दशा खाली लोंबत

त्याच्या अंगावरनं चाललं. पायातलं काळं पायताण चिंतागती होऊन हळूहळू कुरकुरू लागलं.

दोन–तीन महिने गेले आणि धोंडबा इठा मिसाळणीच्या घरात जाऊन राहिला. इठाचा नवरा मरून पाच–सात वर्षं झाली होती. नटरंगी बाई. दादल्याचं काळंभोर इनाम खात बसली होती. ऊर भरून सोन्याचं दागिनं. घरात धान्याची चंगळ. दोन म्हशी. त्यांच्या दुधाचा धंदा.

"काय धोंडबा, मिसाळणीच्या हितं बरं ऱ्हायलाईस?"

"काय करतोस तर? तिच्या घरात खंडीभर कामं. म्हणाली ऱ्हा. तिच्या घरातबी कोण गडी न्हवता आणि माझ्या पोटालाबी कोण करून घालाय न्हवतं. म्हटलं; हितंच घर धरून ऱ्हावावं झालं."

■

खुळा इठू

इठूचे डोळे गरीब मेंढीगत दिसतात. कान लांडग्यासारखे उभट रुंद आहेत. आणि तो रागावला की, स्वत:वर वैतागलेल्या मांजरासारखा उंच उड्या मारतो. हात–पाय आपले नसल्यासारखे हवेत जोरजोराने फेकतो. त्यावेळी त्याला वेडाचा उसळ आलेला असतो. काळजात तापलेल्या सळ्या खुपसल्यागत ओरडूनओरडून त्याच्या तोंडाला फेस येतो. हवेला चावावं असं त्याला वाटतं; पण त्याचे दात माणसाचेच आहेत. ...इठूकडं बघून वाटतं की निरनिराळ्या प्राण्यांचे अवयव एकत्र आणून देवानं याची घडण केलेली आहे. तो प्रत्येक अवयव एकमेकांचा तिरस्कार करून लांब जाऊ बघत आहे. पण इठूनं त्या सर्वांना एकत्र सांभाळलं आहे. ...त्यानं बरंच काहीतरी संभाळलं आहे!

इठूनं अंगावर एक कुडतं सांभाळलं आहे. मांजरपाट. बाकीची धनगरं जशी नवं कुडतं अंगावर घातलं की, साधारण फाटायच्या वक्तालाच ते काढतात; तसं इठूचं कुडतं! भंडाऱ्याचे पिवळे डाग थव्याथव्यानं त्याच्यावर निर्धास्त बसलेले आहेत. मेंढरांच्या धारा पिळून त्यांना आळपताना हातांना लागणारं मेंढ्यांचं शेण मागच्या पुढच्या सोग्याला पुसलं आहे. घामानं तेलकट मळकट झालेली एक धनगरी लंगोटीही कमरेला सांभाळली आहे. डोक्याला पटक्याची मळकट चिंधी कधी असते, कधी नसते. खांद्यावरचं घोंगड्याचं पटकूर वळचणीला टाकायचं ते त्याच्या थोरल्या भावानं त्याच्या खांद्यावर टाकलेलं ! धनगर असूनही पायांत पायताण नाही.

अनवाणीच मेंढरं राखतो. एकाएकी कधी कुणाला बोलत नाही. मेंढरांच्या भोवती छपाटी घेऊन हिंडताना आपल्यातच रंगलेला असतो. 'सुंबरानं मांडिलं'चं

गीत म्हणतो. ...गीत म्हणताना तो ओसाड घरासारखा वाटतो. आवाज हवेवर ढासळत जातो.

माळावर मेंढरं चारत असताना माळ हिरवागार असतो. इठूच्या अगदी उलट. रानातून पेरे वाढलेले. पिवळी कवळी पिकं काकऱ्यांतनं तरारून उठलेली. तागाचा पेरा रानभर हिरवागार दिसणारा. माळाचा जुना तांबडा रंग जाऊन ते हिरव्या छंदात रंगलेलं. गुराख्यांची पोरं, त्यांच्या हाका–आरोळ्या, पावा–शिळा, गाई–वासरं, म्हसरं; सगळं रान हिरव्या आनंदानं बागडत असतं.

माळावर इठूच्या भावाच्या मेंढरांचा बगा दात घासत असतो. ...इठू त्या बग्यात एक झालेला असतो. मेंढरांबरोबर बोलत असतो. मधूनच कोकरू कुरवाळतो आणि आईनं मुलाला उराशी लावावं तसं ते आपल्या उराशी लावतो. वाघ्या, झिपऱ्या कुत्र्यावर माया करतो. जेवायला बसला की, जर्मनीच्या पांढऱ्या भगोण्यात मेंढीच्या दुधात भाकरी कालवतो. मनात आलं की ते भगोणं घेऊन लांब जाऊन खाईत बसतो. वाघ्या कुत्र्याला त्याच्या पाठीमागनं जावं असं वाटत असतं. तो लांब जाऊन बसला की, वाघ्या समोर बसून शेपटी हलवतो.

"...खा सुकळीच्या! तुझं तरी पॉट भरू दे आदूगर." इठूनं वाघ्यापुढं दूध-भाकरीचं भगोणं ठेवलेलं दिसतं.

लांब जाऊन तो बसला होता. थोरला भाऊ पांडा अजून जेवत होता. त्याची बायको (बायना) भाकरी घेऊन आलेली होती. ती लांब गेलेलं एखादं मेंढरू परतून आणत होती. ढोरांच्या शेणाच्या पवट्या अधूनमधून गोळा करून पाटीत टाकत होती. इठूच्या हृदयाचा ठेका हातातल्या मोकळ्या भगोण्याशी जुळला होता. ...कटकटत होता. काठी शेजारी पडलेली.

पांडाचं जेवण झालं. बायनाचं पाटीभर शेण गोळा झालं होतं. पाटीशेजारीच इठू गरीब मेंढीच्या डोळ्यांनी शून्यात बघत भगोणं वाजवत बसला होता.

"एऽ इठू दाजीबा, वाईच उचलू लाग रं." असं म्हणत हातांचं शेण बायनानं निरपून पाटीत टाकलं.

इठू गुमानच तिच्याकडं गेला. पाटी उचलू लागला. बायना पाटी डोक्यावर

घेऊन अशी पाठमोरी झाली; इतक्यात, "तुझ्या भणं, दाल्ला असताना माझ्याकडनं उचलून घेतीस!" असं म्हणून त्यानं हातातल्या लांब फोकाटीचं दोन तडाखं तिच्या गुडघ्यांच्या लवणी गवसून उडवलं. बायनानं तशीच पाटी खाली टाकून बोंब मारली आणि "आगं, आई गंऽ" करत ती दाल्ल्याकडं पळाली.

पांडा धावत आला आणि त्यानं त्याच्या हातातली काठी हिसकावून घेटली. "तुझ्या भणं, जराबी कसं शाणं न्हाईस!" म्हणून त्याचं मानगूट गवसून दोन दणकं दिलं. इठू कोलमडून खाली पडला. पटक्याच्या चिंध्या घोंगड्याचं पटकूर बाजूला पडलं आणि हात-पाय हवेत जोरानं फेकू लागला.

"...भाऊ तिकाऽऽड धिन् ! झुक झुकाऽऽक झ्याऽक! आरं चाऽल! कोण हाय कुणाचं? पाऊस हाय आभाळाचा, धरती हाय लोकांची. वाऱ्याच्या नादाला लागतोय नि धरतीत मुततोय. कुणाचं गवात हे! पत्त्या न्हाई. आरं चाऽल! कोण हाय कुणाचं? गवात हाय माळाचं नि ढोरं चरत्यात गावाची. चंगळ करून पळत्यात त्याच माळावर हागून. कुणाच्या पोटात कुणाचं बी? कोण हाय कुणाचं?..."

बडबडून बडबडून त्याच्या तोंडाला फेस येत होता. समोरचा माळ त्याच्यावर उलटल्यागत तो त्याला बोलत होता. झटक्यासरशी त्यानं पटकूर खांद्यावर घेटलं नि पटक्याच्या चिंध्याकडं नजर टाकली. "इटलेल्या आणि बाटलेला रांडा!" असं म्हणून तो त्या चिंध्यांवर थुंकला आणि झटक्यानं उठला. मागं न बघताच त्यानं गावाची वाट धरली.

वाटेवर एक म्हातारी म्हशीला चारत बसली होती. म्हस लांब खाली मान घालून गोचडीगत हिरवाटाला लागलेली होती. म्हातारीजवळ इठू आला.

"आगं चाऽल! बघतीस काय माझ्याकडं? वाटंवरनं येणाऱ्या-जाणाऱ्या बापयाकडं बघत बसतीस? कुणीकडनं म्हातारी झालीस?"

"काय गं बाई व्हैक तरी !" म्हणून म्हातारी घाबरून काठी घेऊन लगालगा म्हशीकडं गेली.

गाव लांब होतं. मावळतीकडच्या बाजूला. वाटंवरनं इठू लांब लांब जाईत माळाच्या उतरतीला लागला नि घटकाभरानं मावळला.

धनगरवाड्यात इठूचं घर आहे. बैठं. डबऱ्यात. दारासमोर थोडी पडीक जागा.

त्या जागेत पावसाळ्यासाठी साठवलेल्या काट्यांच्या शिऱ्यांचं जळण. त्याच्याजवळच एका दगडावर इठू सूत कातत बसला होता. हातात पांढऱ्या लोकरीचा भला मोठा पेळू नि जमिनीवर टेकलेली सुताची भिंगरी. तो कामात गुंग झालेला दिसत होता.

हळूहळू त्याचं लक्ष काट्यांवर गेलं. भिंगरी घटकाभर थांबली. बोलता बोलता स्वत:शी बोलणं वाढू लागलं : "आयला, हे काटं बाभळीचं. ह्येंची आई कुठं नि हे आल्यात कुठं? चुलीच्या जळणाऱ्या वासानं. ...कोण हाय कुणाचं? सगळं जग वासावर हिंडतंय. थांब!"

तो बोलायचा थांबला. आत गेला. त्यानं उलथण्यावरनं विस्त्याचा भला मोठा लाल गोंजाळ इंगळ आणला. शिऱ्यांत टाकला. शिरी धुमसू लागली. "... जळा आता. लई चटावलाईसा दुसऱ्याच्या चुलीत जाऊन बसायला. ..."

"इठ्या, माझ्या सुडक्या!" करत इठूची म्हातारी धावत आली. तिनं आतनं एक घागर आणून शिऱ्यांवर ओतली. सगळं शांत झालं.

"जळं ना हुती. काटंच हाईत की समदं त्यांस्नी."
"व्हय बाबा. चुलीत घालून पेटवते म्हणं. इकडं आण ती भिंगरी आणि जरा बाजारात जाऊन फिरून ये जा." त्याचा राग थंड व्हावा म्हणून तिनं सांगिटलं. आणि भिंगरी नि घागर घेऊन ती आत गेली. इठू उठला.

इठू कधीकधी बाजारपेठेत दिसतो. दुपारी दुकानदार मोकळे बसून इठूची गंमत करतात. त्याची लंगुटी ओढतात. पटकूर इकडनं तिकडं फेकतात. रस्त्यानं कोणीतरी परगावची तरणी बाई दही विकायला आलेली दिसली की, ते इठूला सांगतात, "इठ्या, ती बाई कशी गवळणीगत चालतीया बघ."

बाई गुमान चाललेली असते. इठू तिला मोठ्यानं म्हणतो, "आगं ए, बया, गाव भुलवत बसशील हितं नि न्हवऱ्याच्या फुड्यात उस्टी इस्तारी मांडशील. ...सरळ चाल की, किती मुरडशील?"

दुकानदार फिदीफिदी हसतात. बाई भिवया वाकड्या तिकड्या करून इठूकडं बघते. त्याचं ध्यान बघून ओळखायचं ते ओळखून घेते आणि पुढं बघून चालते.

"इठ्या, बायका अशा का चालतात रं ह्या?"

"बायकांची जात त्येच्या भणी अशीच. चुकारीच्या मेंढीगत. हिरवं दिसलं तिकडं पळायची !"

ह्याच दुकानदारांनी इठूला एकदा तेल्याच्या लक्षूच्या लग्नात तांदूळ टाकायच्या वक्ताला आणलं होतं. तेल्याचा लक्षू बाजारपेठेतला हमाल. भारी कामाचा, म्हणून दुकानदारांनी पट्टी काढून त्याच्या लग्नाला मदत केली होती. लक्षूला बायकोही नाका-डोळ्यांनी चारजणींसारखी मिळाली होती. अक्षतांच्या वेळी लोकांनी इठूकडनं गंमत करून घेटली. मंगलाष्टका म्हणताना एका बाजूला त्यालाही गाणं म्हणायला सांगिटलं. तो भसाड्या आवाजात 'सुंबरानं मांडिलं' गाऊ लागला. नवरा-बायको बोहल्यावर बसल्यावर इठूला तिथं दुकानदारांनी ढकललं आणि सांगिटलं : "लक्ष्याला कायतरी शहाणपण सांग जा; जा."

इठू तिकडं गेला, "बायकू गोरी हाय. चार माणसं डोळा ठेवतील. बायकाची जात चुकारीच्या मेंढीगत असती. डोळा ठेव."

"एऽ इठ्या सुकाळीच्या!" म्हणून लग्नातली तीच माणसं धावून आली आणि इठूला त्यांनी हकलून दिलं.

इठूचंही लग्न झालं होतं. पाचएक वर्षांपूर्वी. त्यावेळी तो व्यवस्थित वागायचा. डोळे मात्र गरीब मेंढीगतच होते. पुढं त्याचं आणि बायकोचं पटेना. सारखी भांडणं व्हायची. पहिली तीन वर्षं मूलही नव्हतं. नंतर मुलगा झाला आणि हळूहळू डोकं बिघडलं!

आरंभी आरंभी तो गप राहायचा. कुणाचं काही ऐकायचा नाही. स्वत:शीच काहीतरी पुटपुटू लागला. मग मोठ्यानं बडबडू लागला. कधीकधी घरात काहीतरी वेगळं पाहिलं, कुणीतरी त्याला बोललं म्हणजे भडकू लागला.

आता सुद्धा तो तसा एरवी शांतच असतो. कामंही शहाण्यासारखा करतो. पण मधूनच काहीतरी कारण होतं आणि तो आपल्या मनाला न आवरता वागतो. घरात आता बायको आहे. मुलगा दीडएक वर्षांचा आहे. तरी बायकोशी त्याचं पटत नाही.

मुनसीपालिटीचे महार गटारातली घाण खोऱ्यानं काढत होते. रस्त्याच्या

कडंला कुजलेली काळी घाण ढिगाढिगांनी पडत चाललेली होती. महार हसत बोलत गटारी निर्मळ करत होते. गल्लीतली पोरं ती वास मारणारी घाण लांब काटक्यांनी उलथीपालथी करून पूर्वी गटारीत पडलेल्या आपल्या गोट्या, भोवरं, बटनं, काला हुडकत होती.

धनगरगल्लीतनं इठू आला. त्यानं एका महाराजवळचं खोरं घेटलं : ''हिकडं आण ते. तुला घाण काढू लागतो.'' आणि त्यानं सारणीतली घाण भराभर काढायला सुरुवात केली. महार त्याच्याकडं बघू लागला. ''आगा, खुळं हाय ते.'' पाठोपाठ असणाऱ्या पोरांनी महाराला सांगिटलं. महार जरा हदरलाच. त्याच्यापासनं पाऊलभर मागं सरकला.

''थांब हं. घटकाभरात खोरं आणून देतो. बायकूच्या फुड्यात एवढी घाण टाकतो. बघू या खातीया काय.'' असं म्हणून खोऱ्यात फावड्यावर घाण घेऊन तो आपल्या घराकडं आला नि त्यानं दारात घाण टाकली.

''भिवरे, चल. ही घाण खा, ये.''

म्हातारी बाहेर आली. गोड बोलून तिनं ते खोरं इठुजवळनं घेटलं आणि पाठीमागून गुमान आलेल्या महाराच्या स्वाधीन केलं. म्हातारीनं इठूला मेंढराकडं जायला सांगिटलं. ...इठू मेंढराकडं निघाला. तो शहाणा होता. मेंढरात त्याचं मन रमत होतं. त्याचं डोळंही गरीब मेंढीगत होतं !

झिम् पाऊस पडू लागला की इठूची मेंढरं देशावर जातात. कमी पावसाच्या मुलखाला दोन अडीच महिने राहून येतात. त्या वेळी त्याची कोंडमार होते. मग तो आळीच्या एका टोकाला मांसाची मंडई आहे; तिथं जातो. आणि भाजीसाठी आणलेल्या मेंढरांत जाऊन बसतो. कधी राखणदार मेंढक्याबरोबर पावसातनं भिजत माळाला जाऊन तो चारून आणतो. मेंढक्यालाही मदत होते.

इठू त्या मेंढरांत जाऊन बसला होता. पसाऱ्याचं पोरगं दूध आणायला सकाळीच चाललं होतं. पावसाच्या पाण्यानं रस्त्यात किचकिच खूप झाली होती. वरनं बारीक बारीक पाऊस झिंझडत होता.

''कुणाचा रं पोरा?''

"पसाऱ्याचा."

"शेंडातल्या पसाऱ्याच्या काय रं?"

"व्हय."

"गणू पसाऱ्याचा पोटचा काय तू?"

"व्हय."

"भांडं घेऊन कुठं चाललाईस."

"दुधाला."

"हिकडाण आण ते भांडं." इठूनं त्याच्या हातातलं भांडं काढून घेटलं. नि तो मेंढरांच्या कोंडवाड्यात पुन्हा गेला. बसलेल्या मेंढरांतलं एखादं-दुसरं मनाला येईल ते मेंढरू तो उठवत होता आणि त्याची धार काढत होता. खरंच ते दूधही देत होतं. अशी बरीच मेंढरं त्यानं पिळली आणि पोराच्या हातात दुधाचा तांब्या देऊन तो सरळ आपल्या घराकडं गेला. पोर चिकळ्या उडवत दुधाचा तांब्या घेऊन पळालं.

पंधरा दिवस झिम पाऊस पडला. घरातनं तोंड बाहेर काढायची सोय नव्हती. शेतकामं खोळंबली होती. कोळपणी-भांगलणी भिजत पडलेल्या. रानभर गिच्च राड. ज्यानं त्यानं खोप आणि घर धरलं होतं. सारा रोजगारी माणूस घरात कोंडल्यागत झाला होता.

इठूही घरातच पडला होता. मेंढरांचा बगा देशावर गेलेला. पाऊस बाहेर येऊच देत नाही, असं बघून त्याला बांधून घाटल्यागत झालं होतं. ...सोप्यात बसून तो पावसाकडं गप बघत होता.

पावसानं जरा डोळा उघडला. ढगातनं उनं भिजक्या जमिनीवर, पिकांवर, डमकांवर सांडली. गावातनं घोंगडी, पोती, छत्र्या बिनपांघरता माणसं बाहेर पडली. बायका अंगावर अपुरं जुणेर, दाल्ल्यांची धोतरं नेसून, काखंत घागरी मारून, चाव्यावर चालल्या. धनगरवाड्यातली दुधाला म्हणून मागं ठेवलेली शेरडं पाय मोकळं करायला बाहेर सोडली. धनगरणी कुठं लोकर पिंजताना दिसत होत्या. कुठं परट्यात सुताच्या भिंगऱ्या कुर्रर्र खुर् खुर् करून वाजत होत्या.

इठूच्या घरात कोणच दिसत नव्हतं. बहुतेक तिघीही सासू-सुना सूत कातायला गेलेल्या होत्या. कदाचित पाण्याला कोणतर गेलं असावं. पण घरात मात्र इठूशिवाय कोण दिसत नव्हतं. भिंगरी घेऊन सूत कातत तो बसला होता. ...डोक्यातही कसली तरी भिंगरी घुमत असावी. डोळे बाहेरून एकदम आत डोक्यात टक लावून

बसल्यागत स्थिर होते. ...आतल्या सोप्यात इठूचा मुलगा जागाच होता. नुकताच निजून उठून तो अंथरुणात बसला होता. कुंई कुंई करत होता.

बाहेर ऊन पडलेलं बघून इठूनं भिंगरी खोपट्यात टाकली. सोप्यातल्या उंबऱ्यावर आलेलं मूल त्यानं काखंत मारलं नि तो दार उघडं सोडून बाहेर पडला. गल्लीतली माणसं त्याला बघत होती. पण कुणीच काही बोललं नाही. बायकोकडं चोखवाय नेत असंल म्हणून जो तो आपल्या कामात दंगला होता.

घटका–तासानं तिघीही सासू–सुना घरात आल्या. घरात इठू दिसला नाही. त्याची म्हातारी पहिल्यांदा घरात आली. तिला वाटलं इठूच्या बायकोनं मधे येऊन मूल आपल्याकडं नेलं असावं. सूत कातायला तिघी एकाच घरात गेलेल्या दिसत नव्हत्या. जी ती आपल्या ओढप्यातल्या घरात भिंगरी-परटं घेऊन गेलेली होती. पण तिघीही घरात आल्यावर मूल नि इठू नाहीसे झालेले बघून त्या गोंधळल्या. प्रत्येकीला इठूचा संशय आला. तसा इठू अधूनमधून पोराला खेळवायचा. काखंत घ्यायचा; पण बायकांचा डोळा त्याच्यावर असायचा. आज इठूच कुठं दिसत नव्हता. तिघींनी धनगरवाड्याच्या होत्या-नव्हत्या तेवढ्या तीन-चार आळ्या पालथ्या घाटल्या. घर नि घर चाळून बघिटलं. मग मात्र मनातल्या मनात तिघीही घाबरल्या. इठूच्या बायकोच्या काळजाचं पाणी झालं. सासू तुरुतुरु बाजारपेठेतनं जाऊन आली. थोरली सून गावातनं, बामण गल्लीनं आवल-चावल फिरून आली. पण इठूचा मागमूस नव्हता. तास–दोन तास गेले. तिघींनीही सगळं कागल पालथं घाटलं. दूम नाही. मग मात्र इठूची बायको भोकाड पसरून रडू लागली. सासू आणि पांडूची बायको तिला समजावत होत्या. आठवण झाली की, एखाद्या ठिकाणी पुन्हा जाऊन येत होत्या. असं पाच–सात वेळा झालं, पण कुणीच हाताला लागलं नाही. ...आणखी दोन-अडीच तास गेले.

दुपारपर्यंत पावसानं चांगली उघडीप दिली होती. तापही चांगली पडलेली. फिरता येईल तेवढं तिघी फिरल्या. मुलाचा पत्ता नव्हता. इठूची बायको राहून राहून एकदम रडायची. सासू आणि बायना चिंतागती झाल्या. कंटाळून कपाळाला हात लावून बसल्या होत्या. बिनकामाच्या बायका, तरण्या पोरी भिवराच्या भोवतीनं बसत. "काय करायचं गऽ बाई? कुठं न्हेलं असंल गऽ पोराला?" असं म्हणून त्या भिवराचा धीर घालवत आणि ती घाबरून रडू लागली की मग, "रडू नगं गप. असंल कुठं तरी. कुठं जातंय?" म्हणून धीर देत.

आणि गल्लीच्या शेंड्याला मुलांना इठू येताना दिसला. मुलांनी कालवा केला. घरातल्या बाया बाहेर येऊन इठूकडं धावत गेल्या. इठू एकटाच होता!

"शिवऱ्या कुठं हाय ई?" इठूच्या बायकोनं इठूला अधीर होऊन विचारलं.

"आलो ठेवून तिकडं." इठूनं सहजावारी उत्तर दिलं. भोवतीच्या माणसांकडं ध्यान न देता तो सरळ बघून घराकडं चालला.

"कुठं ठेवून आलासा त्येला?" बायको रडकुंडीला येऊन म्हणाली. इठूच्या पुढं जाऊन ती उभी राहिली.

"तुला काय करायचं? गुमान चल की घरात." इठूच्या भिवया काळ्या सुरवंटासारख्या वळवळल्या. ...त्यांना कुसळं आली.

त्यानं कुणालाच दाद लागू दिली नाही. सगळ्याजणी हादरल्या. घरात कोण शहाणं बापय माणूस नव्हतं. पांडा मेंढरांतनं देशावर गेलेला. कुणालाच धीर निघंना.

"इठ्या, सांग की रं पोराला कुटं ठेवून आलास?"

म्हातारी कावली आणि तिनं इठूच्या दंडाला धरून हलवलं.

"दंडाला सोड. — कोण कुणाचं?" इठूचं मेंढीचं डोळं लांडग्याचं झालं. तोंडातून थुंकी चिरमुऱ्याच्या चुऱ्यागत उडाली.

म्हातारीनं शिर्पती धनगराला बोलावून आणलं. शिर्पतीम्मा गल्लीत जाणता. तो पांढऱ्या मिशा डाव्या हाताच्या चंप्यानं खाली निरपत आला.

"इठू, चल बघू घरात." असं म्हणून त्यानं इठूला घरात नेलं. बारकी पोरं, बाया-बापय सर्वांना घालवलं. सकाळधरनं इठू उपाशीच होता. त्याला जेवायला पोटभर घाटलं. तांब्याभर पाणी तो घटाघटा प्याला.

"इटबा पॉर कुठं ठेवून आलाईस रं तुझं?" इठू सोप्यात बसल्यावर शिर्पतीम्मानं विचारलं.

"आलोय ठेवून तिकडं. ...कुणाचं पॉर? कोण कुणाचं?"

"आरं, तुझा शिवऱ्या कुठं हाय? शिवऱ्या तुझा न्हवं व्हय त्यो? असं का करतोस खुळ्यावाणी?"

"माझ्या पोटाला कुठं पॉर हाय आणि?"

"आरं शाण्या, तुझ्या न्हाई; तुझ्या बायकूच्या पोटाला हाय. कुठं ठेवून आलास त्येला?'' शिर्पतीम्मा सुधरून बोलत होता. इठूला वळणावरनं सोडायचा नाही असा त्याचा डाव.

"आलोय ठेवून तिकडं.''

"ठाव–ठिकाण सांग की. तिकडं म्हंजे कुठं?''

"आलोय तिकडं देवाच्या घरात ठेवून.''

"देवाच्या घरात म्हंजे कुठं?''

"देवाच्या घरात गा. कुठं कुठं म्हणून काय इचारतोस सारखं. ...कोण कुणाचं?'' इठू जरासा तिटकारून बोलला.

"बरं ते जाऊ दे. तू गेलातास कुठं सकाळधरनं उपाशीच?''

"गेलोतो तिकडं पोराला ठेवायला.''

"कुणीकडं?''

"त्या तिकडं खालतीकडं.''

शिर्पतीम्माला दिशा तरी कळली. तो त्या धोरणानं विचारू लागला.

"आणि आलास कुठनं?''

"तिकडनंच देवाच्या घराकडनं.''

"आणि मग पोराला कुठं ठेवलास?''

"आणि बघ. तेच खरं. दिलं ज्येचं त्येला म्हणून सांगतोय तर. उगंच वैतागतात. ...कोण कुणाचं?''

इठू त्रास दिलेल्या मांजरागत कावला. स्वत:शीच बडबडू लागला.

'देवाच्या घराचा' अर्थ बायकांनी करायचा तो केला. भिवरा हां म्हणून तोंड पसरून रडू लागली. इठूला जास्त विचारलं जाईल तसं तो पिसाळू लागला. मग बायकांनी 'खालतीकडं'च्या बाजूला जाऊन यायचं ठरवलं.

इठू आणि शिर्पतीम्मा घरात बसले.

दिवस तास–दोन तास असावा. बायका गावाबाहेर इकडं–तिकडं हिंडत होत्या. ओढं–ओघळी तुडुंब भरून धावत होत्या. मधेमधे शेतकऱ्यांनी जितरापासाठी पाण्याला घाटलेली माती–पाल्याची धरणं फुटून गेली होती. त्यांचा पाला, झाडांचे ढापे, शिरी पाण्यातनं वेगानं वाहत जात होते. विहिरी काठोकाठ भरलेल्या. शिवारातनं पाणीच पाणी बघून भिवरा 'काय करू गं ऽ ऽ बाई ऽ' म्हणून आक्रोश करू लागली.

दुसरा दिवस उगवला. 'देवाच्या घरचा' अर्थ खरा ठरत चालला होता! पोराला कुठंतरी विहिरीत नाही तर ओढ्यात टाकलं असावं, असं ज्याला-त्याला वाटत होतं. सगळ्या गावातनं इठूनं मूल घालवल्याची बातमी पसरली होती.

"ह्यो घे ग बाई, तुझ्या ल्योक !" –असं म्हणत एक म्हातारी तास-रातीला अचानक आली. भिवरानं "माझ्या शिवरा रं !" म्हणून मोठ्यानं रडत त्याला मिठी मारली. पोरगं दोन दिसांत चोपलं होतं. भिवरानं त्याला हुरद्यासंगं कवटाळून धरलं. पदराखाली घेऊन दोन-तीन दिसांचा साठलेला पान्हेव त्याला तासभर दिला.

म्हातारीनं सगळी हकिगत सांगिटली. गावाच्या बाहेर दोन-अडीच मैलांवर डोंगरात एक लक्ष्मीचं देऊळ आहे. अगदी डोंगराच्या किर्र झाडीत. माथ्यावर एकटंच आहे. तिकडं कोणी फारसं फिरकत नाही. उन्हाळ्यातच कोणी जातं. म्हातारीचा नेम होता. उपासाच्या प्रत्येक वारी ती लक्ष्मीला जाऊन यायची. देवळात खोपट्याला पडून रडताना तिला हे मूल दिसलं. तिनं नेलेलं पाणी त्याला पाजलं आणि त्याला घेऊन ती इकडं आली.

जे ते माणूस भिवराच्या नशिबाचं कौतुक करू लागलं. मुलावर पडपडून बघू लागलं. सगळी जणं भिवराभोवती गर्दी करून बोलत होती आणि आत स्वैपाकघरात एकदम काहीतरी ढासळल्याचा आवाज झाला. ...इठूकडं कुणाचंच लक्ष नव्हतं. त्यानं आत जेवणघरात जाऊन गाडग्यांच्या उतरंडीवर पाटा उचलून टाकला होता! हवेत जोरजोरात हातपाय फेकत होता. पाण्यातला चुना उतू आल्यागत वेडाचा उसळ आला होता.

" ...शिवऱ्या तिडाऽऽक् धिन्! बायकू तिडाऽऽक् धिन्! संसार तिडाऽऽक धिन्! कोण कुणाचं? गाडगी मातीची! चकार कुंभाराचं! ...माझ्या घरात येऊन बसल्यात. ...आरं चाऽऽल! संसार कुणाचा? बायकू कुणाची?... पॉर कुणाचं? झुक झुकाऽक झ्याऽक्! कोण हाय कुणाचं? आरं चाऽऽल!"

चुलीवर जाऊन इठू खच्चून ह्याक् करून थुंकला.

...भिवराचा मुलगा सापडला होता!

■

लंगडा गोपा

मांगकीच्या रानात गोपाची पट्टी आहे. दोन आऱ्यांची. लंगोटीगत लांबच लांब. आहे तेही तांबूळ रान. बराच पाऊस असला तर रानात काहीतरी येतं. वरी येते, उपड्या भुईमूग येतो, कुठं मधभागाला जोंधळ्याची थाटं येतात. (गोपाला फसवाय पुरती.) शेतात झुडूप म्हटलं तर नाही. सगळं रान बोडकं. तसल्यात पावसाळ्यातनं गोपाच्या रानातनंच उभी पायवाट पडते. निम्मी पट्टी तुडवा होऊन जाते.

"गोपा, जरा राखणीला बसून माणसं जायची–यायची बंद कर की!"

कोणीतरी त्याच वाटेनं जात त्याला उपदेश करतं.

"जाऊ द्यात त्येंच्या भणं. त्येंच्या पायांच्या पुण्याईनं तरी पिकंल."

"तुडवा केल्यावर कुठली आलीया पुण्याई?"

"मालक, न्हाईतरी ह्या तांबड्या रानात काय येणार हाय? रयीत लोक शेतातनं जात्यात. त्यांस्नी कसं दुखवायचं? कवातरी मूठपसा मिळतोय. ...जाऊ दे तिकडं."

गोपाचं म्हणणं खरं असतं. जरा वाळीप पडली की, त्या तांबूळ खडकातलं आहे–नाही ते पीक वाळून जातं. शेत ओसाड पडतं. ...गोपाच्या नशिबागत! तरी गोपा त्यात राबतो.

रोजगाराचं काम नसलं की, गोपा आपल्या शेतात दत्त. बांध घालतो. फुटून आलेल्या पाण्याच्या सारणीची तोंडं मुजवून घेतो. रानात उगवलेली कुंद्याची ठिगळं टिकावानं काढतो. न्याहारी घेऊन सकाळीच आलेला असतो. आमच्या मोटंच्या पाटावर न्याहारी करतो. दुमती केलेली भाकरी असते.

भाकरीच्या आत चटणीचा बुकणा.

“मालक, वाईच शिळं–पाकं कोरड्यास असलं तर द्या की.”
“न्हाई गोला. अजून आमच्या न्याहाऱ्या आल्या न्हाईत.”
“मग दोन कवळं कांदं द्या.”
“लई कवळं हाईत गा ते.”
“दोन कांद्याच्या पाती घेऊ का मग?”
“घे जा तर.” त्याची चिकाटी बघून होकार द्यावा लागतो.
“कायच न्हाई हो. नुसती बुकणी घाटलीया बघा बायकूनं. ...कुत्र्यागत जलम आमचा.” असं बोलून तो कांद्याची पाती घेतो. पाण्यासंगं भाकरी खातो.

भाकरी खाऊन होते. मळकट फडकं पाण्यात भिजवतो. दगडावर घासतो. स्वच्छ झालं किंवा न झालं याची त्याला काळजी नसते. पाण्यात बुचकळून धुतल्याचं त्याला समाधान होतं. ...कपड्यांचंही असंच! अंगरखा, लंगोट नि चिंध्यांचा पटका एकदम धरून तो बडवतो. पेट बसेल त्यावर बसेल. पाणी लागेल त्याला लागेल. मळ निघेल त्याचा निघेल. एका दमात काय होईल ते खरं.

“जरा निर्मळ धू की गोपा.”
“आम्ही का भटं–बामणं हाय व्हय? साताठ दिसांतनं कापडांस्नी पाणी लागलं म्हंजे झालं.”
“आणि खळणी धुतलीस तर काय हुईल?”
“अहो मालक, पोटाचं सोडून हे कोण करत बसतंय?”
कशीबशी कापडं उन्हात टाकून तो कामाला लागतो. कमरेला अर्धं धोतर नाहीतर नाड्या तुटलेला लंगोट असतो. एरवी कामाला उघडाच.
पान खाऊन कामाला लागतो. कधी कुणाला देत नाही. तरुणपणात घेतलेल्या चंचीतनं एखादं काळं पडत चाललेलं पान बाहेर काढतो. सबंध कधीच खात नाही. कधी अर्धं; तर कधी चतकोर. कधी नसतंच ! नुसत्याच चुन्या–तंबाखूवर भागवतो.

“गोपा, जरा पान खायाला दे की.” कोणतरी ओळख्या पान मागतो.
“न्हाई गा. पानच आणायला इसरलो आणि पैसाबी न्हवता घरात.”
“माझ्याजवळ पान हाय. नुसता कात नि सुपारी दे.”
“सुपारी न्हाई. कात हाय. देऊ?”
“गोप्या, इच्या भणं, कशाला पान खायला शिकलाईस? टाक ती चंची त्या

तेल्याच्या वताडात न्हेऊन.'' ओळख्या चिडून बोलतो. गोपा हसतो. काय करावं, काय बोलावं हे सुचत नाही म्हणून हसतो.

गोपा कामाला लागतो, अधूनमधून देवाला एखादी शिवी हासडतो. एकदा का कुंदा खणायला लागला की, डोईवर दीस येतो. गोपाचं काम तरीही हळूहळू पण सुरात सूर धरून चाललेलं असतं. वर बघत नाही. घामानं अंघोळ घाटलेली असते. लंगोट भिजून काला झालेला असतो. छातीवरचे केस उरासंगट चिकटून बसलेले असतात. तरी 'ऊं' करून प्रत्येक टिकाव जमिनीत मारतो. तसंच मातीत सोडून वाकूनच कपाळावरचा घाम निरपतो. ...पोटात नुसती एक भाकरी नि (देवानं दिलेलं) पाणी गेलेलं असतं.

''पुरं कर की गोपा आता. बस जरा घटकाभर. पान खा. वाटलं तर धावंवर जाऊन पाणी पिऊन ये जा.'' बांधाला दुभत्या म्हशीला चारता चारता मी म्हणतो.

''फुरं करून भागत न्हाई मालक. त्येचं तत्त्व ठरल्यालं हाय. त्येचं असं हाय; धरल्यालं काम कडंला लावूनच सोडायचं असतंय. न्हाईतर भरपेठ हुलकारणी मारून मगच थांबायचं असतं.''

''आणि आधीमधी थांबून पाणी प्यालं तर?''

''तसं न्हाई. मग काम उठत न्हाई. वाकून वाकून पेकटाला आल्याला कढ घालवायपायी एकदा बसलं की, मग पुन्हा उठवत न्हाई आणि उठलं तर पेकाट पुन्हा दुखाय लागलं की काम वसरत न्हाई. हुशारी वाटत न्हाई.''

...चार-चार तास सुरात कुंदा खणायचा असला म्हणजे असं काहीतरी वाटत असतं. गोपाचं म्हणणं पटत असतं.

गोपाच्या रानात पिकापेक्षा गोपाचं कष्ट जास्त होतं. गोपाला बसायचं ठावं नसतं. काम नसलं तरी खांबाभोवतीनं फिरेल. पण घाम गाळल्याशिवाय त्याला भाकरी जायची नाही.

कामाच्या दिसात गोपाला सगळीकडं रोजगार मिळतो. गोपा मांग असला तरी निरुपद्रवी आहे. कुणाचं कधी काही उचलत नाही. कुणाला कधी खड्ड्यात घालायची त्याची वासना नसते. कुणाशी भांडण नाही, तंटा नाही. चार माणसांना मिळंल तो रोजगार घेण्यात त्याला बरं वाटतं. कामाला जाताना, परत येताना त्याला शेतकऱ्यांच्या हलक्यासलक्या वस्तू पडलेल्या दिसतात. विहिरीत टांगलेल्या मोटा दिसतात.

वावरांत रचलेला कडबा, गवताच्या गंज्या, शेतकऱ्याचं सगळं उघडं राज्य दिसतं. पण त्याची वासना वाहत नाही. ...चोरून खाल्ल्यालं अंगावर उठतंय, असं तो म्हणतो.

कशामुळं कुणास ठाऊक; पण त्याच्या एका पायात जीव नाही. जीव नसलेला पाय खारकेगत वाळलेला दिसतो. त्यातल्या रक्ताच्या नाड्या एका जागी चोथ्यागत गोळा झालेल्या दिसतात. त्या पायानं गोपा लचकत चालतो.

लचकत असला तरी कामाला चांगला आहे. राम–ठेक्यानं सुरात काम करतो. जळणाची गंजी, वैरणीची बडीम त्याच्यासारखा कोणी गडी रचत नाही. खुरपण–भांगलणीत त्याचा हात धरणारा एखादाच निघेल. पण मोट मारता येत नाही. पाय नेटी लावून कासरा ओढायला जमत नाही. कधी लंगड्या पायानं तोल जाऊन पडण्याची भीती असते. कापसाच्या पळकाट्या उपटण्याच्या बाबतीत मात्र त्याला कोणीच मागं सारणार नाही. त्याला काय टगळ गावलेली आहे, कुणाला दखल. पण भाजी उपटल्यागत भसाभसा पळकाट्या तो उपटतो. ते काम तो खंडून घेतो. त्यात त्याला चार पैसे मिळतातही. ...पण चारच!

कुठंच काम नसलं की, कुणाच्या तरी शिवेचं फडं खंडून घेतो. उना-तानाचं कापून भारं घालतो. हात भगभगत असतात. पेकट गेलेलं असतं. पण भारे घराकडे जातात. दोन-चार दिवसांत ते फडं चिरतो आणि माळावरच्या खणीत कुजत घालतो. फडं कुजलं की, पेट घालून वाख काढायचा. दोरखंडं तयार करायची. एवढं करूनही पैसा जुगुतुगूच मिळतो. कारण दुनिया नकल्याची. गोपाला बाजारी माल करता येत नाही. करवतच नाही. त्याचा माल ओबडधोबड, जुन्या चालीचा, टिकाऊ. पण जगाला दिखाऊ लागतं ते त्याला कळत नाही. त्याला वाटतं, "मांगांच्या चऱ्हाटाच्या धंद्यात आता काय राम उरला न्हाई. दुनिया नकली मालाची हाय. ...फड्याचं सळ वाखाच्या पोटात घालून चऱ्हाटं सोडायला माझ्या बाऽच्याबी हातनं व्हायचं न्हाई. शेतकऱ्यानं दाऽ म्हटलं की ताऽट करून तुटणारं चऱ्हाट वळून पॉट भरण्यापेक्षा श्याण खावं."

पावसाळ्यात मात्र त्याला भाकरीची टंचाई पडते. झिम पाऊस असला की, कुठंच काम मिळत नाही. त्याच्या शेतातही बाटुक काढायला अगर जोंधळा भांगलायला घात नसते. तेवढ्यातूनही शेतात गेलंच तर तुडवा होतो. रान घट्ट होतं. मग वाळीप पडल्यावर भांगलायला कुचंबतं. घरात धान्यावाचून भाकरी खोळंबते.

मग गोपा हातात एखादी दोरी घेतो. जुना खोपट्याला पडलेला विळा घेतो आणि शेतकऱ्याचे बांध धुंडतो. कुणाला तासभर गवत कापू लागतो. दिलेल्या दहा–बारा पेंढ्या डोक्यावर ठेवून जातो.

पावसात गवताला आल्यावर त्याचं बरंच हाल होतं. पाय अधू. तसल्यात राडी–चिखलातनं चालायचं. निसरडं झालेलं असतं. ओढ्यांना पाणी आलेलं असतं. मग त्याला निसरडी वाट, वाहता ओढा, आसपासच्या झाडाझुडपांना धरून पार करणं जमत नाही. कधी मग दोन-दोन खेपा करतो. कधी अधू पाय पुन्हा मुरगळतो. त्याच्यावर जास्त ताण पडतो. मग तो जास्तच लचकत चालतो.

एक दिवस असंच झालं. दीस बुडायला तास–दीड तास अवकाश होता. पाऊस चांगला पंधरा दिवस बसला होता. दुधाचा खोळंबा होतो म्हणून आमची दुभती ढोरं घराकडं नेली होती. मी संध्याकाळ करून ढोरांसाठी रातची वैरण घरात टाकून परत फिरलो होतो.

ओढ्याच्या काठावर आलो. गोपा ओढ्याच्या पाण्यात पडलेल्या पेंढ्या वाटंवर टाकत होता.

भारा पाण्यातच पडलेला असावा.

"काय झालं गोपा?"

"पडलो त्येच्या भणी पाय घसरून."

"पाय निसरला वाटतं वाट उतरतानं?"

"पाय निसरला नि मुरगळलाबी."

"जरा बेतानं यायचं न्हाई?"

"मालक, सकाळधरनं भाकरीचा तुकडा न्हाई पोटात. कशानं काम हुईल? त्या देवाच्या आयला..." गोपानं तळमळून एक शिवी देवाला हासडली. शेवटच्या दोन पेंढ्या घेऊन तो वर आला. पाण्यात पडल्यानं सगळ्या पेंढ्या भरपूर भिजल्या होत्या. थबथबून गळत होत्या. तसल्यात ओलं गवत. भिजून जडशीळ झालं असावं.

"आता ह्या भिजल्याल्या पेंढ्या जात्यात काय घरापत्तर?"

"जाईत न्हाईत म्हणून सांगू कुणाला? बाजाराचा वकूत हुईत आलाय. एकदम न्हेलं पाहिजे. अजून सोड–पेंढ्या करायच्या हाईत. तसल्यात माझा दीड पाय."

"जरा उशीरनं न्यावं बाजारात."

"आणि न्हाई इकलं तर काय खाऊ? बायकू फाडून खाईल की!" दोरी आथरून गोपा भारा घालू लागला. कोपरापर्यंत हात नि मांड्या राडपाण्यानं बरबटलेल्या

होत्या. कोपरांची राड तो अधून-मधून निरपून टाकत होता. मी जाऊ लागलो.

"अहो मालक, वाईच भाऱ्याला हात लावून जावा की!" मी जाताना बघून त्यानं मला थांबवून घेटलं.

भारा बांधला. दोघांनी उचलण्याचा प्रयत्न केला. पण जागचा भारा हलेचना ! दगड झाला होता. गोपाचं मरण झाला होता. शेवटी गोपानं भारा उभा केला आणि बेतानं पाठीला लावला. मी खालून तो उचलला. गोपानं पाठीवर घेतला आणि थरथरत उभा राहिला. त्याची मानगूट भाऱ्यानं वाकली होती. छातीला हनुवट लागली होती. बोलता येईना झालं होतं.

"ढकला आणि जरा वर." गोपा कसातरी बोलला.

"गोपा, भारा जाणार न्हाई बरं काय. तिघांच्या उचलणीचा हाय. ...वाट चांगली न्हाई पांदीतनं." त्याचे पाय जास्तच थरथरताना दिसले. पण त्यानं तसल्यात मानेला नि हातांना एकदम हासडा दिला नि मानेवरचा भारा झटक्यासरशी डोक्यावर घेतला. निम्मं डोकं आत गेलं. दिसण्यापुरते डोळे बाहेर राहिले.

"गोपा, भारा जायचा न्हाई." मी पुन्हा त्याला सावध केला.

"न्हेतो त्येच्या भणी कसातर." जवळजवळ पाय टाकत तो चालला. ...

चार–पाच महिने गेल्यावर एकदा घरी आला. ...थकला होता. दाढीवरचे खुंट वाढले होते. पटक्याच्या जास्तच चिंध्या झाल्या होत्या. डोळ्यांवरची हाडं वर आली होती. गालफाडं आत आत गेली होती. आतनं वाकळेच्या दोऱ्यानं शिवल्यागत दिसत होती. अंग पांढरट पडत चाललं होतं. काठी टेकत टेकत तो आला.

"राम राम मालक."

माझं त्याच्या पायाकडं एकदम लक्ष गेलं. "गोपा, पायाला काय झालं? आणि ठकलाईस का एवढा?"

"पडलो न्हाई फाळक्याच्या गुऱ्हाळात पाय मुरगाळून?"

"पर पायाला डाग कसलं हो पांढरं?"

"चूल मारायला होतो त्या गुऱ्हाळात. चुलाणातली राख बाहीर वडली हुती. ती इझवून हाऱ्यात भरली आणि दुसऱ्यांदा चुलाणातली राख बाहीर वडली. आडंसोड्याला तिच्यावर पाणी मारायला सांगिटलं. नि मी भरलेला हारा टाकायला चाललो. हारा डोक्यावर घेऊन चालतानं पहिल्याच दणक्याला जे पाय लचकला ते सरळ रक्शाच्या राखंत पडलो. हूंऽ काय. होरपळलं पाय. वडूस्तर पापडागत झालं."

"चांगलं केलंस. चिपाडं-बिपाडं भरायला ऱ्हायाचं सोडून चुलीवर कशाला गेलातास? लंगडा गडी जमत न्हाई ते काम करतोस कशाला?"

"पडंल ते काम करायला नगं मालक? मी मागल ते का मला मिळणार हाय व्हय? तालेवार का हाय मी?" गोपा दाराच्या तोंडाला टेकत म्हणाला.

"फाळक्याला सांगून बघायचं."

"ते कुठलं? फाळक्याला चिपाडं टाकायला माणसं गावली हुती. चूल मारायलाच एकजण कमी हुता. मलाबी काम नव्हतं. म्हटलं येतो. ...लक्ष्मी चालून आल्याली; ती दवडू कशी? म्हटलं नि गेलो." त्यानं कमरेची चंची काढली.

"कवापासनं झालं हे असं?" मी कायतरी विचारायचं म्हणून विचारलं.

"आता दीड म्हयना झाला घर धरून पडलोय. बरं वाटतंय आता. पर कुठं काम न्हाई नि दाम न्हाई. फाळक्यानं आठधा दिसांची पोटगी दिली हुती; ती कशीतरी म्हयनाभर खाल्ली. —अऽ मालकीणबाई हाईत का घरात?" गोपानं शेवटी विषय बदलला.

"हाईत की! काय काम हाय?" मी मोटेला तेल घालत बसलो होतो. माझ्या प्रश्नाकडं त्यानं दुर्लक्ष केलं नि सरळ घरात तोंड करून आईला हाक मारली.

"मालकीणबाईय ऽ ऽ ऽ."

"का गा ऽऽ?" आईनं आतूनच विचारलं. ती भाकरी बडवत होती.

"जरा बाहीर या की!"

"काय काम हाय?"

"जरा बाहीर या, सांगतो."

"मी आता बाहीर येत न्हाई. जेवणाला उशीर झालाय माझ्या. भाकरी बडवाय लागलेय."

"बडवा बडवा. झाल्यावर या शिस्तीनं. मला तरी कुठं काम हाय आता?"

घटकाभरानं आई बाहीर आली. गोपा पान खाऊन मला मोटेला तेल घालू लागत होता. आई म्हणाली : "काय म्हणतोस?"

"माझी एक गरज सारा. योक रुपया मला द्या. कवाबी देईन. न्हाईतर कवाबी कामाला सांगा."

"काम हाय कुठं आता?"

"अंगावर उसना द्या. दोन म्हयनं झालं; असा काठी धरून घरात बसलोय. तसल्यात पॉर आजारी पडलंय."

"कशानं?"

"कशानं नि काय. मुदलातच नाळरोगी हुतं. हाडं आणि चमडंच नुसतं हाय.

दीड वरीस झालं; तसंच जगलंय. त्येच्याकडं बघून तरी एक रुपाया द्या. त्येच्या कायतरी पोटाला घालतो. आमचं कसंबी चालतंय.'' गोपाला पाच–सात पोरं होती. सगळी नाळरोगी; शेंबडी, माती खाणारी. ...पण जगत होती.

दादांच्या पाठीमागं पैसे देण्यास आईनं नकार दिला. तिला त्याचा अनुभव होता. ''पाठीमागं कारभार करू नको.'' म्हणून दादांच्या शिव्या खाव्या लागत होत्या. ती म्हणाली : ''मालक दुपारी येतील. त्येंच्याकडनं मागून घे.''

''नगं नगं. दोन दीस झालं अन्नाचा कण न्हाई पोटात. मालक येऊस्तर कसा ऱ्हाऊ मी? माझ्या पोराकडं बघून द्या. निदान कण्या भरडून तरी त्येला घालतो.''

''आता कायबी न्हाई. बाजारादिशी काय तरी बघू. पैसा आमच्याजवळ तरी कुठला?''

''आठ आणं तरी द्या.''

''पैसाच न्हाई. ...न्हाईतर मग मालकांकडं मागून बघ.''

''मालकीणबाई, लई नड हुती हो.'' तो जास्त काकुळतीला आला.

''काय करू मग मी तरी?'' आईही असाहाय्य होती.

''बरं हाय. मग जातो तर. ...तुम्ही कायतर देशीला असं लई वाटलं हुतं.''

''कुठंतरी दुसरीकडं बघ की!''

''मालकीणबाई, मला हेच एवढं घर जवळचं. दुसरं कोण बघतंय आम्हाकडं? जात आमची आधीच फाटकी. मालक, तुमच्याजवळ तरी कायतरी असलं तर द्या की!'' जाता जाता तो पुन्हा थांबला आणि मला म्हणाला.

''माझ्याजवळ गा कुठलं?'' मी मवाळ भाषेत त्याला बोललो. त्याला मऊ गावलं.

''द्या द्याच. असतील बघा कुठंतरी.'' घळ-घाईला तो आला.

''कण्याच खाणार हाईस न्हवं?'' मी विचारलं.

''व्हय. दुसरं काय मिळणार हाय तर त्यात?''

''मग ही चार-पाच कणसं न्हे जा.''

डोक्यावरच्या तुळईला मक्याच्या बियांच्या कणसांच्या माळा अडकवल्या होत्या; मी तिकडं बघत म्हणालो.

गोपानं फाटक्या पटक्याच्या एकावर एक दोन घड्या करून तो आंथरला. मी पाच–सहा कणसं काढून दिली. तो उठला. काठी टेकत टेकत निघून गेला.

चार-पाच दिवसांनी मांगवाड्यात गेलो. तंबाखूची खुरपण करायसाठी माणसं

सांगायची होती. दादांनी थोडक्या हजरीत बायकाच सांगायला सांगितल्या होत्या. कारण बापयांना बायकांपेक्षा हजरी जास्त आणि तंबाखूची खुरपण त्या मानानं बायकांच्या कामाएवढीच. कुठं एखादी पात जास्त व्हायची एवढंच. म्हणून बायकांनाच कामाला सांगणं फायद्याचं होतं.

मी कुसा मांगणीच्या दारात गेलो.

''कुसामावशाअऽ'' हाक मारली.

''काय जी, मालक?''

''कामाला येता काय?''

''कशाला?''

''तंबाखूची खुरपण करायची हाय.''

''कितीजणी पायजेत?''

''पाच-सातजणी चालतील.''

''आम्ही चौघीजणी हाय बघा.''

''चालंल. चौघीजणी या. एक दिवसाची खुरपण हाय. दोन दिवस लागतील.'' मी परत फिरलो.

समोरच्या वाटंवर आपल्या घरातनं गोपा बाहेर आला. पाठीमागं घर उभं. माळावरची दगडं दगडांवर रचून भिंती केलेल्या. ...दगडं ढासळायचीच; पण त्यांच्या तोंडावर चिकट चिकल थापला होता; म्हणून ती एकमेकांच्या उरांवर तशीच बसली होती. त्या चार भिंतींच्या गराड्यांवर वासं टाकून वर पाला टाकला होता. पावसाचं पाणी खाऊन तोही कुजलेला; तरी त्यानं छपराचं रूप कसंबसं धरलं होतं. ...आत अंधार!

''मालक, माणसांचा मेळ झाला काय?'' फाटलेला आवाज पुन्हा शिवल्यागत गोपा बोलला.

''न्हाई; अजून दोन-तीन पाहिजे होती.''

''मग मी हाय की मोकळा.''

''बापय नकोत. बायका पाहिजेत.''

''मला बायकाबरूबर हाजरी द्या.'' तो एकदम म्हणाला.

''तू बरा घेशील?''

''मालक, पॉट पाठी लागल्यावर मिळंल तेवढं घ्यायला नगं?''

''मग ये तर. पर बायकांचा पगार मिळंल.''

''कायबी द्या. तुमच्यात फुकट केलं तरी माझं कुठं जाणार हाय?'' तो

हरखला होता.

"पोराला कसं हाय तुझ्या?" आठवण होऊन मी विचारलं.

"पॉर मेलं मालक, परवादिशीच. तुम्ही दिलेल्या मक्क्याच्या कण्या त्येनं हूं म्हणून भुकंच्या पोटी खाल्ल्या नि मक्कं पोटात फुगून पॉट बोदागत झालं. कसंबसं मग एक दीस जगलं."

"मग कसा येशील तू कामाला?"

"त्येला काय हुतंय? पोटाच्या पाठी लागून ते मेलं. आम्हीबी असंच एक दीस मातीआड व्हायचं पॉट पॉट करत!"

■

www.ingramcontent.com/pod-product-compliance
Lightning Source LLC
LaVergne TN
LVHW020002230825
819400LV00033B/953